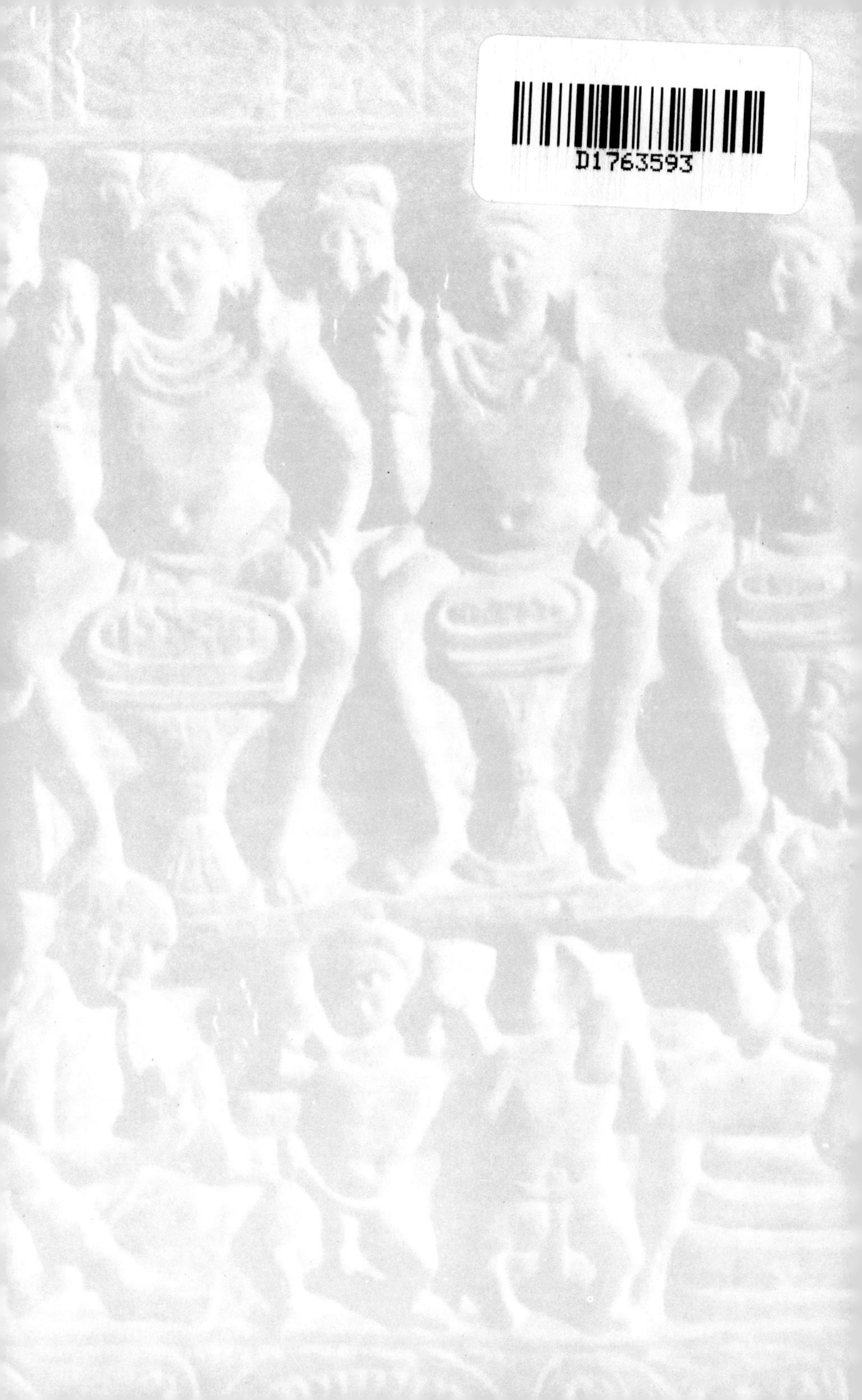

ஆபிரகாம் பண்டிதர்

உள் அட்டையில் காணும் சிற்பக் காட்சியில் பகவான் புத்தரின் அன்னை மாயாதேவி கண்ட கனவின் பலனை மன்னர் சுத்தோதனருக்கு நிமித்திகர் மூவர் விளக்குகின்றனர். அவர்களுக்குக் கீழே அமர்ந்து அந்த விளக்கத்தை எழுதுகிறார் ஓர் எழுத்தர். எழுதும் கலையைச் சித்திரிக்கும் முதல் இந்தியச் சிற்பம் இதுவாகவே இருக்கலாம். நாகார்ஜுன மலைச்சிற்பம் பொ.யு. இரண்டாம் நூற்றாண்டு.
(பட உதவி: நேஷனல் மியூசியம், புதுதில்லி)

இந்திய இலக்கியச் சிற்பிகள்

ஆபிரகாம் பண்டிதர்

நா. மம்மது

சாகித்திய அகாதெமி

Abraham Pandithar: Monograph in Tamil by Na. Mammathu, Sahitya Akademi, New Delhi, (Reprint 2021), Rs. 100/-

உரிமை © சாகித்திய அகாதெமி

ஆசிரியர்	: நா. மம்மது
பொருள்	: இந்திய இலக்கியச் சிற்பிகள்
வெளியீடு	: சாகித்திய அகாதெமி
முதற்பதிப்பு	: 2013
இரண்டாம் பதிப்பு	: 2021
ISBN	: 978-81-260-4203-6
விலை	: Rs. 100/-

All rights reserved. No part of this book may be reproduced or utilized in any form or by any means, electronic or mechanical including photocopying, recording or by any information storage and retrival system, without permission in writing from Sahitya Akademi.

சாகித்திய அகாதெமி

தலைமை அலுவலகம் : 'இரவீந்திர பவன்', 35,பெரோஸ்ஷா சாலை, புது தில்லி 110 001.
secretary@sahitya-akademi.gov.in | 011-23386626/27/28.

விற்பனை அலுவலகம் : 'ஸ்வாதி', மந்திர் சாலை, புது தில்லி 110 001.
sales@sahitya-akademi.gov.in | 011-23745297, 23364204.

கொல்கத்தா: 4, டி.எல். கான் சாலை, கொல்கத்தா 700 025.
rs.rok@sahitya-akademi.gov.in | 033-24191683/24191706.

சென்னை : குணா வளாகம், 443, இரண்டாம் தளம், அண்ணா சாலை,
தேனாம்பேட்டை, சென்னை 600 018.
chennaioffice@sahitya-akademi.gov.in 044-24311741 | 24354815.

மும்பை : 172, மும்பை மராத்தி கிரந்த சங்கிரகாலய சாலை,
தாதர், மும்பை 400 014. rs.rom@sahitya-akademi.gov.in
022-24135744 | 24131948.

பெங்களூரு: மத்தியக் கல்லூரி வளாகம், பல்கலைக்கழக நூலகக் கட்டிடம்,
டாக்டர் அம்பேத்கர் வீதி, பெங்களூரு 560 001.
rs.rob@sahitya-akademi.gov.in. 080-22245152, 22130870.

அட்டை வடிவமைப்பு: Spectrum Graphic Studio, Chennai - 17

ஒளி அச்சு: Chengamalam Enterprises, Chennai-04 | அச்சகம்: M.K. Graphics, Chennai-14

Visit our website at *http://www.sahitya-akademi.gov.in*

பொருளடக்கம்

I.	ஆசிரிய முன்னோட்டம்	7
II.	அணிந்துரை	9
1.	பண்டிதர் வாழ்க்கை வரலாறு	13
2.	பல்துறை அறிஞர்	29
3.	பண்டிதரின் இசை ஆய்வு	41
4.	பண்டிதரின் இசை மாநாடுகள்	53
5.	கருணாமிர்த சாகரம்	61
6.	முடிவுரை	90
7.	பின் இணைப்பு 1	93
8.	பின் இணைப்பு 2	97

ஆசிரிய முன்னோட்டம்

செயற்கரிய செய்த, பெருமைமிகு நம் முன்னோர்கள் எப்போதும் மிக அதிகமாகவே, உணர்வு பூர்வகமாக நம்மைப் பரவசப்படுத்தி வந்துள்ளனர். அச்சான்றோர் தொட்டுச் சென்ற வழிகளில் தொடர்ந்து சென்று, அவர்கள் விட்டுச் சென்ற பணிகளை நாம் மேற்கொள்ள அப் பெருமக்களிடமிருந்து ஓர் ஆவேச ஊற்று எப்போதும் நம்மை நோக்கிப் பாய்ந்த வண்ணம் இருப்பதை நாம் நன்றாக அறிந்தே இருக்கிறோம்.

மொழிக்கு, கலைக்கு, இனத்துக்கு மாபெரும் தொண்டாற்றிய சான்றோர்களை ஓர் இனம் மறக்க முற்படும்போது அந்த இனம் சரிவைச் சந்திக்க நேரிடுகிறது.

அச்சான்றோர் பெருமக்களை நினைவு கூர்வது அவர்களுக்கான அஞ்சலி மட்டுமல்ல; நாம் எங்கிருக்கிறோம், எவ்வாறிருக்கிறோம் என்று அடையாளம் காணும் உரைகல்லாகவும் அது அமைந்து விடுகிறது.

ஆபிரகாம் பண்டிதர் எளிய குடும்பத்தில் பிறந்து, பல்துறை வித்தகம் பெற்று 'தகுதி', 'திறமை' அடைந்து வாழ்வாங்கு வாழ்ந்த கடந்தகால மேதமை எச்சம் மட்டுமல்ல; இன்றும், நாளையும் இனி என்றும் ஆயிரமாயிரம் இசை ஆய்வாளரை தம் இசை ஆய்வு உன்னதத்துக்குள் கொண்டு வரும் மாபெரும் ஈர்ப்பு சக்தி.

தமிழ் இசைக்கான கருவி நூலை - ஆய்வுப் பெருநூலை முதன்முதலில் கொண்டு வந்த ஒப்பற்ற பெருமைக்குரியவர் பண்டிதர். இந்நூல் மேலும் ஒரு நூல் அல்ல. எழுபதிற்கும்

அதிகமான நாடுகளில், இன்றும் பேசப்படும் செம்மொழிப் பெருமையுடன் வாழ்ந்து வரும், பெருந்திரள் தொன்மைத் தமிழ் இனத்திற்கு, அதன் புகழ்மிகு கடந்த காலத்தின் மகத்துவத்தை நினைவுபடுத்தும் வீர காவியம்.

பண்டிதருக்குப் பின் ஒரு நூற்றைம்பது ஆண்டுகளைக் கடந்து வந்திருக்கிறோம்; இந்நிலையில் அப்பெருமகனை இக்காலச் சந்ததியினர் அறியும் வாய்ப்பை அளிக்க, ஓர் இசைக் கதை சொல்லியின் இசைக் கதையைச் சொல்ல என்னைப் பணித்த சாகித்திய அகாதெமிக்கு நன்றி.

என் இசைப் பணி மீது கரிசனம் கொண்டு, என்மீது எப்போதுமே பாச மழை பொழிந்து இந்நூலுக்கு ஓர் அழகிய அணிந்துரை தந்துள்ள கவிஞர் சிற்பிக்கு நன்றி.

தங்கள் அன்பன்

இன்னிசை அறக் கட்டளை   நா. மம்மது
7-12/28, பனையடியான்
கோவில் தெரு
மகாத்மா காந்தி நகர்
மதுரை - 625 014
0452-2640689
94429-84589
tamilinnisai@gmail.com

அணிந்துரை

தமிழிசை 'இயற்கையிலே கருத்தாங்கி இனிமையிலே வடிவெடுத்தது'. சங்கப் பனுவல்களில், சிலம்பில் அதன் ஆதித் தூய்மையும் தனிமையும் துலங்குகின்றன. பிற்காலத்தில் 'கருநாடக சங்கீதம்' என அழைக்கப்பட்டது வேடிக்கையான ஒரு விபத்து.

'தமிழுக்குத் தனித்துவமான இசை உண்டா?' என்ற வினா எழும் அளவுக்கு இசையுலகில் பிற மொழி ஆதிக்கம் நீக்கமற நிறைந்திருந்த காலத்தில் பண் விடுதலைக்கான இயக்கங்கள் பல்கிப் பெருகின. ராஜா சர். அண்ணாமலை செட்டியார், கல்கி, டி.கே.சி. என அணிவகுத்த காலத்தில் சுவாமி விபுலானந்தரின் யாழ் நூலும், ஆபிரகாம் பண்டிதரின் கருணாமிர்த சாகரமும் பெரும் காவல் தெய்வங்களாக அமைந்தன. அவற்றுள் யாழ் நூல் அறிமுகமான அளவுக்கு ஆபிரகாம் பண்டிதரோ, அவர் படைப்புகளோ தமிழ் மக்களுக்கு அறிமுகமாகவில்லை.

இந்நிலையில் இந்திய இலக்கியச் சிற்பிகள் வரிசையில் ஆபிரகாம் பண்டிதரைக் குறித்த நூல் வெளிவர வேண்டும் என்று தீர்மானிக்கப்பட்டது. இசைப் பேரறிஞரின் வரலாறு, இசைத் தமிழ்ப் பணி, படைப்புகள் குறித்து எழுத, நம் காலத்தின் இசைத் தமிழ்த் திலகமான நா. மம்மது அவர்களைக் கேட்டுக் கொண்டோம். அவருடைய நன்முயற்சியின் விளைவே இந்நூல்.

நூலாசிரியர் நா. மம்மது ஆழ்ந்த ஆய்வு நுட்பங்களில் வல்லவர். இசைப் பேரறிஞர் வீ.ப.கா. சுந்தரம் இவருக்கு கலைஞான குரு. அவரை இசை ஞாயிறு, இசை உலகின் அட்சய பாத்திரம் என்றெல்லாம் உச்சிமேல் வைத்து மெச்சும் மாணவர்.

மெய்யியலில் முதுகலைப் பட்டம், சூஃபி இசையில் ஆய்வுப் பட்டமும் பெற்றவர். தமிழிசை வேர்கள், இழை இழையாய், இசைத் தமிழாய், தமிழிசைத் தளிர்கள் என நுட்ப இசை நலங்கள் செறிந்த நூல்களின் ஆசிரியர். தமிழிசையின் வளம் குறித்து இவர் பேசாத் நாளெல்லாம் பிறவா நாளே எனலாம்.

தமிழிசைக் கலைக் களஞ்சியம் தொகுத்த தம் ஆசிரியர் அடியொற்றி, அமெரிக்க நாட்டுத் தமிழர் பால். சி. பாண்டிய னின் பேராதரவுடன் தமிழிசைப் பேரகராதியை அரிதின் முயன்று தொகுத்து வரும் அறிஞர் நா. மம்மது. இதற்கென இன்னிசை அறக் கட்டளை நிறுவி அறிஞர்களைக் கருத்துரை யாளர்களைக் கொண்டு பேரகராதிப் பணி நிகழ்ந்து வருகிறது. அதன் முதல் தொகுதியான சொற்களஞ்சியம் வெளிவந்து விட்டது. பிற தொகுதிகளும் வெளிவரும் போது தமிழிசை வரலாற்றில் அழியாப் பெரும் புகழுக்கு உரியவராக நா. மம்மது திகழ்வார் என்பது உறுதி.

★

ஆபிரகாம் பண்டிதர் வியக்கத் தக்க மாமனிதராக, மேதையாகத் திகழ்ந்த பெருந்தகை. மருத்துவராக, வேளாண் வித்தகராக, இசை ஆய்வாளராக, படைப்பாளராகப் பேராளுமை பூண்டிருந்தவர் ஆபிரகாம் பண்டிதர்.

தமிழிசையின் மூல வேர்களைக் கண்டறிந்த முன்னோடியாகத் திகழ்ந்தவர் பண்டிதர். அப்பேரறிஞரின் வியத்தகு வரலாற்றை, பண்டிதர் வாழ்க்கை வரலாறு, பல்துறை அறிஞர், பண்டிதரின் இசை ஆய்வு, பண்டிதரின் இசை மாநாடுகள், கருணாமிர்த சாகரம் என அழுத்தமும் செறிவும் மிக்க இயல்களாகப் பகுத்துக் கொண்டு நா. மம்மது அருமையாக இந்நூலைப் படைத்துத் தந்துள்ளார்.

பிற்படுத்தப்பட்ட சமூகத்தில் பிறந்து, அல்லல்களுக்கு நடுவே பேருழைப்பால் சாதனைகள் படைத்தவர் பண்டிதர் என்பதை வாழ்க்கை வரலாற்றுப் பகுதியால் உணர்த்துகின்றார்.

பல்துறை அறிஞர் என்ற இரண்டாம் இயலில் மூலிகை மருத்துவ வல்லுநராகவும், புதிய முறை வேளாண்மையில் மாநில ஆளுநர் லாலியே வந்து பார்வையிடும் அளவுக்குச் சாதனையாளராகவும், இசைப் பணியில் வரலாற்று நாயகராகவும, சோதிடக் கலையிலும், சொற்பொழிவுக் கலையிலும், அச்சுக் கலையிலும் விற்பன்னராகவும் விளங்கிய பண்டிதரை ஆசிரியர் காட்டுகின்றார்.

பண்டிதரின் இசை ஆய்வு எப்படிக் கனிந்து உருவானது என்பதையும், இசை மாநாடுகளை நடத்தி எவ்வாறு நுண்கலையை மக்கள் கலையாக மாற்றினார் என்பதையும் தொடர்ந்து வரும் இயல்களில் புலப்படுத்துகின்றார்.

கருணாமிர்த சாகரம் அவருடைய ஆசிரியர் பெயரைத் தாங்கி நிற்கும் பெருமிதமும், அந்நூல் தமிழிசையின் களஞ்சியமாக இருக்கும் அருமையையும் அடுத்த இயல் ஆய்வு செய்கின்றது. தமிழிசையின் தொன்மை வரலாறு, சுருதி முறைகள், நாற்பெரும் பண்கள் ஆகியவற்றுள் ஆழ்ந்து செல்லும் நூலின் நயத்தை நா. மம்மது விரித்துரைக்கின்றார்.

பண்டிதரின் மறைவுக்குப் பின் (1919) கருணாமிர்த சாகரத்தின் இரண்டாம் பகுதி 1946இல் வெளிவர அவர் மூத்த மகன் சுந்தர பாண்டியன் காரணமானதையும், அவரே பண்டிதரின் 96 கீர்த்தனைகளை வெளியிட்டுள்ளதையும் ஆசிரியர் வரலாற்றுக் கூறுகளாக வெளிப்படுத்தியுள்ளார்.

தமிழிசையை உலகுக்கு அறிமுகம் செய்ய ‘A Book on Sruti’ என்ற நூலைப் பண்டிதர் ஆக்கியளித்த செய்தி நமக்கு நல்விருந்தாகிறது.

பண்டிதரின் காய்த்தல், உவத்தல் அற்ற ஆய்வு நெறியால் தமிழிசைக்கு வாழும் வரலாறு கிடைத்திருப்பதை அறிகிறோம். பண்டிதரின் தெளிவான பார்வையையும் அழுத்தமான புலமையையும் புலப்படுத்த ஒரு சான்றை மட்டும் நூலிலிருந்து மேற்கோளாகப் பார்க்கலாம்:

"தமிழில் வழங்கும் இசைத் தமிழாகிய சங்கீதத்திற்கு ஏற்பட்டிருக்கும் நாலு பாவினங்களையும் அவைகளின் பல பிரிவுகளையும், சந்தக் குறிப்புகளையும் தாள அமைப்புகளையும், நாலு பாலைகளையும், அவைகளின் நாலு யாழ்களையும், அவற்றின் நாலு ஜாதிகளையும், இனிமையாகப் பாடப்பட்டு வந்த 12,000 ஆதி இராகங்களையும் நாம் கவனிப்போமானால், தமிழ்ப் பாஷையைத் தவிர, வேறு எந்தப் பாஷையிலும் இம்முறைகளில்லை என்றே துணிந்து சொல்வோம்''.

தமிழ் செய்த தவமாக விளங்கும் ஆபிரகாம் பண்டிதரின் பன்மாண் சிறப்பையும், ஆய்வுக் கூர்மையையும், தமிழ்த் தொன்மையில் கொண்ட பெரும் பற்றையும் நா. மம்மது அருமையும் பெருமையும் துலங்க இந்நூலில் வெளிப்படுத்தியுள்ளார்.

சாகித்திய அகாதமியில் வெளிவரும் இந்நூல் பிற மொழிகளில் மொழிபெயர்க்கப்படும்போது தமிழிசையின் தனித்துவம் இந்திய நாடெங்கும் பரவும் என்று நான் நம்புகிறேன்.

இந்த நன்னூலைத் தந்த நா. மம்மது தமிழ் கூறும் நல்லுலகின் வளமான பாராட்டுக்குரியவர், வாழ்த்துக்குரியவர் என்பதில் ஐயமில்லை. நூலை வெளியிடும் சாகித்திய அகாதமிக்குப் பாராட்டுக்கள்.

பொள்ளாச்சி
தை 1 (14.01.2013)

அன்புடன்
சிற்பி. பாலசுப்பிரமணியம்

இராவ் சாகிப் மு. ஆபிரகாம் பண்டிதர் வாழ்க்கை வரலாறு

தென்பாண்டிச் சீமை என்று புகழ் பெற்றது திருநெல்வேலி மாவட்டம். 'பரத நாட்டியத்தின் தந்தையர்' எனப் போற்றப்பட்ட சின்னையா, பொன்னையா, சிவானந்தம், வடிவேலு ஆகியோரைத் தந்த பூமி அது; தஞ்சை வேத நாயகம் சாஸ்திரியாரை வழங்கிய மண். நமது ஆபிரகாம் பண்டிதரையும் இப்புகழ் பெற்ற நெல்லைச் சீமை தன் அடிவயிற்றில் கருக் கொண்டிருந்தது.

கோடையிலே குளிர்தரும் குற்றாலம்; அது அமைந்த பொதிய மலை; அப்பொதிய மலைத் தென்றல் வீசும் சிற்றூர் சாம்பவார் வடகரை; ஊரெல்லாம் பூமித் தாய் பச்சைப் பட்டாடை உடுத்தியிருப்பாள்; எங்கும் நெல் வயல்; நீர் நிலைகள்; ஊரில் செழிப் புக்குப் பஞ்சமில்லை. நமது பண்டிதரின் குடும்பத்தைத் தவிர.

நமது வரலாற்றுக் கதாநாயகர்கள் யாவரும் எளிய குடும் பத்தில் பிறந்தவர்களாகவே இருக்க வேண்டும் என நாம் விரும்பு கிறோம்; எதிர்பார்க்கிறோம். நமது கதாநாயகர் பண்டிதரும் மிகவும் வறுமைப்பட்ட, துயருற்ற குடும்பத்தில்தான் பிறக்கிறார்.

பண்டிதரின் தாத்தா சுப்பிரமணிய நாடார்; அவருக்குப் பதின்மூன்று குழந்தைகள். காலரா, அக்காலத்தில் திடீர் திடீர் என பெரிய மக்கள் தொகையைக் காவு கொள்ளும் பயங்கரமான நோய். அக்குடும்பத்தின் பதினொரு குழந்தைகளை இந்த நோய் தன் பசிக்கு இரையாக்கியது. எஞ்சியவரில் ஆண் ஒருவர்; பெண் ஒருத்தி. ஆண் குழந்தை பின்னாளில் முத்துச்சாமி நாடார்; நமது பண்டிதரின் தந்தையார். குடும்பத்தார் வறுமையாலும் துன்பத் தாலும் உழன்றபோது கருணையே வடிவான இயேசு பெருமானின் அருளுக்கு ஆளானார். கிறித்துவம் அவர்களை ஏற்றுக் கொண்டு அமைதி தந்தது. குடும்பம் சாம்பவார் வடகரையை விட்டு நீங்கி, அருகிலுள்ள பங்களா சுரண்டை என்ற ஊரில் குடியேறியது.

பண்டிதரின் தந்தையார் அவ்வூரிலுள்ள கிறித்துவ அருட் தந்தை யாரிடம் தோட்டப் பணியாளராக வேலை செய்யலானார். ஆபிரகாமின் தாயார் அன்னம்மாள் ஆலயப் பணிகளைச் செய்யவும் சிறுவர்களுக்குக் கிறித்துவ வேத பாடல்களைச் சொல்லித் தரவும் கிறித்தவ தேவாலயத்தில் பணி புரியலானார். கி.பி. 1859ஆம் ஆண்டு ஆகஸ்ட் மாதம் 2ஆம் நாள் பண்டிதர் பிறந்துள்ளார்.

பண்டிதரின் உடன்பிறந்தோர் நால்வர்; மூத்தவர் பண்டிதர். தொடக்கக் கல்வி பங்களாச் சுரண்டையில் தொடங்கியது. பின்பு அருகிலுள்ள பன்றிக்குளம் என்ற ஊரிலுள்ள உயர் தொடக்கப் பள்ளியில் தொடர்ந்தது. பள்ளியில் பண்டிதருக்கு நல்ல பெயர். நன்கு படிக்கக் கூடியவர். ஆசிரியர்களின் பாராட்டுக்கு உரியவ ரானார்; விளையும் பயிர் முளையில் தெரிந்தது.

ஆபிரகாமுக்கு சிறு வயதிலிருந்தே இசை மீது ஓர் ஆர்வம் உண்டு. ஒரு சமயம் தெருவில் பாடிச் சென்ற ஒருவர் பின்னால் தன்னை மறந்து சிறுவன் ஆபிரகாம் சென்று விட்டான். தாய் அதை அறிந்து ஓடிச் சென்று குழந்தையைத் தூக்கி வந்துள்ளாள்.

சுரண்டைக்கு வடக்கே உள்ள ஊர் திருமலாபுரம். பண்டிதரின் உறவினர் ஒரு தொடக்கப் பள்ளியை அவ்வூரில் நடத்தி வந்தார். ஆபிரகாமின் படிப்புத் திறமையைக் கண்டு, அப்பெரியவர் ஆபிரகாமை அப்பள்ளியில் ஆசிரியராய் பணி புரிய அழைத்துள்ளார். அங்கு ஆபிரகாம் இரண்டு ஆண்டுகள் சிறப்பாய்ப் பணியாற்றினார்.

பின்னர் திண்டுக்கல்லில் ஆசிரியப் பயிற்சிக்காகச் சென்றுள் ளார். அங்குள்ள நார்மன் ஆசிரியப் பயிற்சிப் பள்ளியில் ஆசிரியர் பயிற்சி (Special Upper Primary and Norman Training) பெறுகிறார். கல்வியில் ஆபிரகாம் சிறப்புடன் விளங்கியதைக் கண்ட அருட்திரு யார்க் என்ற அப்பள்ளித் தலைவர் அவருடைய நன்முறைப் பள்ளி யில் (Model School) ஆசிரியராகப் பணியாற்றுமாறு வேண்டிக் கொண்டார். அவருடைய அழைப்பை ஏற்று அந்த ஆசிரியப் பயிற்சிப் பள்ளியில் ஆபிரகாம் ஆசிரியப் பணியை ஏற்றார்.

ஆபிரகாம் திறமையான ஆசிரியராக விளங்கினார். மிகச் சிறந்த முறையில் மாணவர்களுக்குக் கற்றுக் கொடுத்தார். கதைகள் கூறியே

பாடம் நடத்தி வந்தார். எனவே, மாணவர்களுக்கு இவரை மிகவும் பிடித்துப் போனது. மாணவர் யாவரும் இவரைக் 'கதை வாத்தியார்' என்றே அன்புடன் அழைக்கலாயினர். ஓய்வு நேரங்களில் பள்ளியின் சுவர்களில் தேசப் படங்களை வரைவார்; பற்பல சித்திரங்களைத் தீட்டுவார்; பொன்மொழிகளை எழுதுவார்; பல நூல்களைக் கற்று பல்துறை அறிவு பெறுவதில் முனைப்புடன் திகழ்ந்தார்.

சிறு வயது முதலே தனக்குள்ள இசை மீதான பற்றை அவ்வப் போது ஆபிரகாம் வெளிப்படுத்தி வந்தார். தாமே பாடல்களை இயற்றி, பாடி வந்துள்ளார். முறையாக இசைப் பயிற்சி மேற் கொள்ள அவருக்கு ஆசை ஏற்பட்டது. இசையில் நல்ல தேர்ச்சியும், இசை கற்றுத் தருவதில் நல்ல நேர்த்தியும் கொண்ட வயலின் மேதை சடையாண்டி பத்தர் என்பவர் திண்டுக்கல்லில் வசித்து வந்தார். அவரிடம் இசையை முறையாகக் கற்க ஆபிரகாம் விரும்பினார்.

இசை கற்றலில் சரளி வரிசை முதற்கொண்டு அலங்காரம், தாள வரிசை, கீதம், வர்ணம், கீர்த்தனை என முறைப்படி கற்றுத் தேர்ந்தார். இந்த அடிப்படையான இசைப் பயிற்சியே பண்டிதரின் பின்னாளைய இசை ஆய்வுக்குப் பெரிதும் உதவியுள்ளது.

கி.பி. 1879ஆம் ஆண்டு ஆசிரியப் பயிற்சிப் பள்ளியின் தலைவர் அருள்மிகு யார்க் தம் துணைவியாரோடு சீமைக்குத் திரும்ப முடிவு செய்தார். அச்சமயம் ஆசிரியர் ஆபிரகாம் அவரைப் பாராட்டி அவர் மீதும் அவர்தம் துணைவியார் மீதும் பாடல்களை இயற்றி, இசைப்படுத்தி மாணவர்களுடன் சேர்ந்து பாடினார். இதனால் பெரிதும் மகிழ்ந்த பெரியவர் யார்க், தமது வயலின் இசைக் கருவியை ஆபிரகாமிற்கு தமது நினைவுப் பரிசாக வழங்கினார்.

பற்பல கலைகளையும் கற்றுக் கொள்ளும் பல்கலையாக இருந்துள்ளது அவர் வாழ்ந்து வந்த திண்டுக்கல். அங்குதான் அச்சுக் கலை, சோதிடக் கலை, சித்த மருத்துவம், இசை என்று எண்ணற்ற துறைகளைத் திறம்பட ஆபிரகாம் கற்றுக் கொண்டார். இக் கலைகளில் அப்பொழுது முதலே தன்னைச் சிறந்த முறையில் ஆயத்தப்படுத்தி வந்தார். திண்டுக்கல்லில் அவர் பெற்ற பல்துறை அறிவே பின்னாளில் அவர் பெரும்பொருள் ஈட்டவும், அரும்புகழ் பெறவும் துணையாக அமைந்தது.

கி.பி. 1882ஆம் ஆண்டு கோடை விடுமுறையைக் கழிக்க தம் சொந்த ஊருக்குச் சென்றார். பெற்றோர் அவருக்கு மணமுடிக்க விழைந்தனர். ஆபிரகாமின் பிறந்த ஊருக்கு அருகிலுள்ள நாஞ்சான் குளத்தைச் சேர்ந்த வேதக்கண் நாடாரின் மகள் பொன்னம்மாள் ஞானவடிவு தம் மகனுக்கு ஏற்ற மணப்பெண் எனப் பெற்றோர் முடிவு செய்தனர். திருமணம் 27.12.1882 அன்று இனிதே நடை பெற்றது.

பொன்னம்மாள் ஞானவடிவு இடைநிலை ஆசிரியப் பயிற்சி (Secondary Grade Teacher Training) பெற்றவர். நல்ல அறிவாளி. எதிர்காலத்தில் ஆபிரகாம் மிகச் சிறந்த மாமனிதராக உருவாகி வருவதற்குப் பக்கபலமாக இருந்தவர். இருவரும் குடும்பத்தாரிடம் விடைபெற்று திண்டுக்கல்லுக்கு விரைந்தனர்.

அப்போது தஞ்சாவூரில் உயர்கல்வி கற்க நல்ல வாய்ப்பு இருந்தது. அது மட்டுமல்லாது தஞ்சை கலைகளின் மையமாகவும் விளங்கியது. ஏற்கனவே உயர்கல்வி கற்க தஞ்சையை அடைந்திருந்த ஞானமுத்து என்பவர் ஆபிரகாம் மற்றும் அவர்தம் துணைவியாரையும் மேற்படிப்புக்காக தஞ்சை வரும்படி அழைப்பு விடுத்திருந்தார். தம்பதியர் தஞ்சையை அடைந்தனர். அருட்தந்தை பிளேக் ஆபிரகாம் சந்திப்பு நடந்தது. நம் பண்டிதரின் வாழ்க்கையில் இச்சந்திப்பு பெரும் திருப்புமுனையாக அமைந்தது. அருட்தந்தையுடனான இச் சந்திப்பே பண்டிதர் பல்துறை அறிஞராகப் பரிமளிக்க ஓர் கால்கோள் விழாவாக அமைந்தது என்று கூறலாம்.

தஞ்சையின் அந்நாளைய மிகச் சிறந்த பள்ளி 'சீமாட்டி நேப்பியர் பாடசாலை'; தஞ்சைப் பூக்கடைத் தெருவில் அமைந்திருந்ததால் 'பூக்கடைப் பள்ளி' என்றழைக்கப்பட்டது. பெண்களுக்கான மிகச் சிறந்த கல்வியை அளித்து வந்தது இப்பள்ளி. பொன்னம்மாள் ஞான வடிவைத் தலைமை ஆசிரியராகவும், நமது பண்டிதரைத் தமிழ் ஆசானாகவும், அருட்தந்தை பிளேக் பணி யமர்த்தினார்.

இப்பள்ளியில் மிகச் சிறந்த ஆசிரியர்களாக தம்பதியர் விளங்கினர். சிறப்பான கல்வியோடு நல்ல ஒழுக்கமும் இப்

பள்ளியில் கற்றுத் தரப்பட்டது. இச்சிறப்பான பள்ளியில் மாணவர் அதிகம் பேர் சேர்ந்தனர். எனவே 1884ஆம் ஆண்டு பள்ளிக்கு அருகேயுள்ள சம்புநாத காண்டே என்பவரின் வீட்டை வாடகைக்கு எடுத்து பள்ளி வகுப்பறைகள் விரிவு செய்யப்பட்டன.

திண்டுக்கல்லில் தாம் வாழ்ந்தபோது கற்றுக் கொண்ட மூலிகை மருத்துவத்தின் மூலம் நோயினால் வாடிய தஞ்சைப் பகுதி மக்களுக்குப் பல்வேறு மருந்துகள் செய்து கொடுத்து வரலானார் நம் பண்டிதர். நாளுக்கு நாள் ஆபிரகாமின் மருத்துவப் பணி பெருகி வளரத் தொடங்கியது. அவருடைய மருந்துகள் வணிக அளவில் அதிகரிக்கலாயிற்று. இந்தியாவின் பல பகுதிகளிலிருந்தும், வெளி நாட்டிலிருந்தும் கூட பெரிய அளவில் மருந்து வேண்டி அழைப்புகள் வரத் தொடங்கின. கூடவே இன்னொன்றும் நடந்தது. அருட்தந்தை பிளேக் தாயகம் திரும்ப விரும்பினார். 1890ஆம் ஆண்டு அருட்தந்தை இங்கிலாந்து பயணம் ஆனதும் நேப்பியர் பள்ளியின் ஆறாண்டு ஆசிரியப் பணியைத் தம்பதியர் விட்டுவிட நேர்ந்தது. ஆசிரியப் பணியும், மருத்துவப் பணியும் ஒருசேரப் பார்க்க இயலாததே இதற்கான காரணம்.

இந்தக் காலகட்டத்தில் ஆபிரகாம் தம்பதியர் மிகச் சிறந்த மூலிகை மருத்துவராக விளங்கினர். இவர்களுடைய 'கருணானந்த சஞ்சீவி மருந்துகள்' மக்களை இன்னலுக்கு ஆளாக்கிய பல்வேறு நோய்கள் தீர்க்கும் சஞ்சீவிகளாக விளங்கின.

மருத்துவத்தில் ஈட்டிய பெரும் பொருளைக் கொண்டு தஞ்சைக்கு மேற்கே நிலங்களை வாங்கினர்.

அந்த நிலங்களை மூலிகைகள் பயிரிடவும் ஏனைய வேளாண்மை நோக்கத்திற்காகவும் பயன்படுத்தி விளைநிலமாக்கினார். மிகச் சிறந்த விவசாயி என்று போற்றப்படும் அளவுக்கு வேளாண்மையில் சிறப்படைந்தார். அந்நிலப் பகுதிகளுக்கு தன்னுடைய சுருளி மலைக் குருவின் பெயரால் 'கருணானந்தபுரம்' எனப் பெயரிட்டார்.

எந்தப் போக்குவரத்து வசதியும் இல்லாத அக்காலத்தில் தலைச் சுமையாகவே மருந்துகளைப் பல ஊர்களுக்குப் பண்டிதர்

எடுத்துச் செல்வது வழக்கம். அவ்வாறு ஒரு முறை கும்பகோணம் சென்றிருந்தார். அங்கே கோயில் பாக்கியம் என்ற பள்ளி ஆசிரியை ஒருவர் இசையில் நல்ல ஈடுபாடு கொண்டவராக இருந்தார். வீணை வாசிப்பதிலும், பியானோ வாசிப்பதிலும் அவர் சிறந்து விளங்கினார். நமது இசையிலும், ஐரோப்பிய இசையிலும் அவர் மேம்பட்ட திறமை பெற்றிருந்தார். இயற்கையிலேயே இசையில் பெரும் விருப்புக் கொண்ட பண்டிதரை அப்பெண்மணி மிகக் கவர்ந்து விட்டார். பண்டிதர் கிறிஸ்துவராதலால், கோயில் பாக்கியம் அம்மையாரை இந்து முறைப்படி திருமணம் செய்து கொண்டார். இதன் காரணமாக தஞ்சை தென்னகத் திருச்சபை அவரைச் சாதி விலக்கம் செய்தது.

மருந்துகள் தயாரிப்பது, வணிகப் பணி, குடும்ப நிர்வாகம் இவற்றில் பண்டிதருக்குத் தோளோடு தோள் நின்ற அவர்தம் துணைவியார் பொன்னம்மாள் ஞான வடிவு 1911ஆம் ஆண்டு டிசம்பர் 15ஆம் நாள் இயற்கை எய்தினார். சில மாதங்கள் கழித்து பண்டிதர் கோயில் பாக்கியம் அம்மாளை கிறித்தவ முறைப்படி திருமணம் செய்து கொண்டார்.

தன்னுடைய நூல்களை அச்சிடுவதற்காகவே தஞ்சையில் ஒரு அச்சகத்தைப் பண்டிதர் உருவாக்கினார். இந்த அச்சகத்தில்தான் அவருடைய புகழ் பெற்ற கருணாமிர்த சாகரத்தை அச்சடித்தார்.

பண்டிதர் சிறு வயது முதலே இசையில் நாட்டமுடையவராய் இருந்தார். திண்டுக்கல்லில் அவரும் அவர்தம் துணைவியாரும் பணியாற்றிய பொழுது அவருடைய இசைத் தாகம் தணிய ஓர் அரிய சந்தர்ப்பம் கிடைத்தது. திண்டுக்கல் இசை ஆசிரியர் சடையாண்டி பத்தரிடம் அவர் இசை கற்றுக் கொண்டதை, ஏற்கனவே நாம் அறிந்திருக்கிறோம். இந்த ஆர்வம் தஞ்சைக்கு அவர்கள் குடி பெயர்ந்த போது மேலும் அதிகரித்தது. அப்பொழுது தஞ்சை இராம சாமி கோவிலில் மிகச் சிறந்த நாகசுரக் கலைஞர்கள் பணியாற்றி வந்தனர். அவர்களிடம் இசை பற்றி மேலும் அரிய பல உண்மை களைக் கற்றுக் கொண்டார்.

பண்டிதர் வாழ்ந்த காலகட்டத்தில் தமிழகம் வேற்று மொழி பேசுவோரால் ஆளப்பட்டு வந்தது. எனவே இசைப் பாடல்

முதலியன தமிழில் எழுதப்படவில்லை. தியாகராசர், முத்துசாமி தீட்சிதர், சியாமா சாஸ்திரிகள் முதலியோர் செய்த கீர்த்தனைகள், வர்ணங்கள் மற்றும் ஏனைய உருப்படிகள் தெலுங்கிலும் வடமொழியிலும் உருவாக்கப்பட்டிருந்தன. எனவே இசை கற்பவர்கள் அவற்றை எளிதாகக் கற்க முடியவில்லை. பாடுவோரும் பொருள் உணர்ந்து பாட முடியவில்லை. எனவே பாடலில் பொதிந்துள்ள சுவை (ரஸம், sentiment)யையும் பாடகர்களால் வெளிக் கொண்டு வர முடியவில்லை. பாடல் பிற மொழியில் இருந்ததால் அதை ரசிக்க முடியாமல் மக்கள் திணறிப் போன நிலையிலேயே இருந்துள்ளனர். இந்த நிலை குறித்து மகாகவி சுப்பிரமணிய பாரதியார் கீழ்க்கண்டவாறு கூறியுள்ளார்:

''தமிழ் நாட்டில் இப்போது நடைபெறும் ராஜாங்கம் தமிழ் பாஷையில் தேர்ச்சியுடையதன்று. தமிழ் பாஷையை முதலாக மதிப்பதன்று'' என்று 'தமிழ் நாட்டின் விழிப்பு' என்ற கட்டுரையில் நமது பாரதி கூறுகிறார்.

''முத்துசாமி தீக்ஷிதர், தியாகையர், பட்டணம் சுப்பிரமணிய அய்யர் முதலியவர்களின் கீர்த்தனங்களிலே சிலவற்றை அதிக ஸங்கதிகளுடன் பாடுவோரே 'முதல் தர வித்துவான்'. இந்தக் கீர்த்தனங்களெல்லாம் ஸம்ஸ்கிருதம் அல்லது தெலுங்கு பாஷையில் இருக்கின்றன. ஆகவே, முக்காலே மும்மாகாணி 'வித்வான்'களுக்கு இந்தக் கீர்த்தனங்களின் அர்த்தம் தெரியாது. எழுத்துக்களையும் பதங்களையும் கொலை செய்தும், விழுங்கியும் பாடுகிறார்கள். அர்த்தமே தெரியாதவனுக்கு 'ரஸம்' தெரிய நியாயம் இல்லை.''

''ரஸ ஞனாமில்லாதபடி பல்லவிகளும், கீர்த்தனைங்களும் பாடுவோர் ஸங்கீதத்தின் உயிரை நீக்கி விட்டு வெற்றுடலை, அதாவது பிணத்தைக் காட்டுகிறார்கள்.''

''... தமிழ்ச் சபைகளிலே எப்போதும் அர்த்தம் தெரியாத பிற பாஷைகளில் பழம் பாட்டுக்களை மீண்டும் மீண்டும் சொல்லுதல் நியாயமில்லை. அதனால் நமது ஜாதி ஸங்கீத ஞானத்தை இழந்து போகும்படி நேரிடும்.''

இவ்வாறெல்லாம் நம் பாரதி என்ற மகாகவி தமது 'சங்கீத விஷயம்' என்ற கட்டுரையில் கூறியுள்ளார். இப்படியெல்லாம் சான்றோர் பலர் தெளிவாக, அழுத்தமாகச் சொல்லி இருக்கும் நிலைமை இன்று வரை அப்படியே நீடிக்கிறது. அர்த்தம் தெரியாத பிற பாஷைப் பாட்டுக்களே தமிழ் நாட்டில் இப்போதும் அதிகமாகப் பாடப்படுகின்றன.

நமது ஆபிரகாம் பண்டிதர் காலத்தில் நிலைமை இன்னும் மோசமாக இருந்துள்ளது. இசை கற்போரும் பாடுவோரும் கேட்போரும் தமது தாய்மொழிப் பாடல்களையே விரும்புவர். எனவே, அதற்கேற்ப இசைப் பாடல்கள் பலவற்றைத் தமிழில் இயற்றத் தொடங்கினார் பண்டிதர். இதன் முதல் படியாக 96 தமிழ்ப் பாடல்களை இயற்றியுள்ளார். இதில் முதலிலுள்ள 41 உருப்படிகள் தஞ்சாவூரைச் சேர்ந்த இசை ஆசிரியர் செகந்நாத பட்டு கோசாமி என்பவரால் சரி பார்க்கப்பட்டும் பயிற்றுவிக்கப்பட்டும் நடைமுறைப் படுத்தப்பட்டுள்ளன. மீதியுள்ள 55 உருப்படிகள் தஞ்சை அரண்மனை வீணை ஆசிரியர் வெங்கடாசல ஐயரால் சரி பார்க்கப்பட்டு, சுரப் படுத்தப்பட்டு வீணையில் பாடம் சொல்லித் தரப்பட்டுள்ளன. பண்டிதர் இயற்றிய 96 தமிழ் உருப்படிகளும், 'கருணாமிர்த சாகரத் திரட்டு' என்ற நூலில் முதற் பாகத்தில் 1934ஆம் ஆண்டு வெளிக் கொண்டு வரப்பட்டுள்ளன.

வரலாற்றில் நாம் அடிக்கடி சந்திப்பது ஒன்றுண்டு. வரலாற்றுக் கதாநாயகர்கள் இரண்டு துறைகளில் திறமை படைத்தவர்களாக இருந்தால் ஏதாவது ஒரு துறை மற்றொன்றை மறைத்தும் அமுக்கியும் விடுவதை நாம் பார்க்க முடிகிறது. நமது பண்டிதர் விஷயத்திலும் இது சரியாகவே நடந்துள்ளது. பண்டிதர் கடந்த நூற்றாண்டின் மிகச் சிறந்த மூலிகை மருத்துவர் என்றுதான் பலரும் அறிகின்றார்கள். அவருடைய இசைத் தொண்டை மருத்துவப் பணி மறைத்தே உள்ளது. தமது வாழ்நாள் முழுவதும் இசை கற்றும், சிந்தித்தும், இசை கற்றோருடன் நட்பு கொண்டும், உரையாடியும், மாபெரும் இசை ஆய்வு நூல் எழுதியும், ஏழு இசை மாநாடுகள் நடத்தியும், ஏறக்குறைய 15 ஆண்டுகளுக்கு மேல் இசை ஆய்விலே மூழ்கியும் மாபெரும் இசைத் தொண்டு புரிந்தவர் நமது பண்டிதர். இந்த

உண்மையை இன்றைய தமிழகம் நினைவில் கொள்ளவில்லை என்பதே வெளிப்படையான உண்மை.

1912 முதல் 1916 வரையில், அதாவது ஐந்து ஆண்டுகளில் ஏழு இசை மாநாடுகளை நடத்திய பெருமைக்குரியவர் பண்டிதர். அதுவும் தமது சொந்தச் செலவிலேயே இம்மாபெரும் மாநாடுகளை நடத்தியுள்ளார்.

1916ஆம் ஆண்டு பரடோவில் நடந்த இசை மாநாட்டில் தம் மக்கள் இருவருடன் கலந்து கொண்டு தமிழ் இசையின் நுட்பங்களையெல்லாம் விளக்கிக் காட்டினார்.

இதற்கு அடுத்த ஆண்டில், காலமெல்லாம் தாம் ஆய்வு செய்து வந்த தமிழ் மக்கள் இசையை மாபெரும் நூலாக 'கருணா மிர்த சாகரம்' என்ற பெயரில் தமது ஆசான் 'கருணானந்த சாமிகள்' நினைவாக அவர் பெயரிலேயே வெளிக் கொண்டு வந்தார்.

மேனாட்டில் இருந்து வந்த ஆங்கிலப் பாதிரியார்கள் மூலமாக நமக்கு ஐரோப்பிய இசை அறிமுகமானது. நமது பண்டிதர் ஐரோப்பிய இசையை 1910 முதல் தம் ஆய்வுக்கு உட்படுத்தி யுள்ளார். தமிழ் இசை, ஐரோப்பிய இசை ஆகியவற்றை இணைத்து கலப்பு இசை(Fusion Music)யாகத் தம் பிள்ளைகளுக்கு மேனாட்டு இசை வல்லுனரான ஏ.ஜி. பிச்சமுத்துவைக் கொண்டு கற்பித்து வந்தார். இசை ஆசிரியர் பிச்சமுத்து - ஜோதிப் பாண்டியன் - தன்ராஜ் மாஸ்டர் - இளையராஜா என்ற சங்கிலித் தொடர் இவ்வாறாக ஏற்பட்ட வரலாற்று உண்மை. பண்டிதரின் மகன் ஜோதிப் பாண்டியன் மேனாட்டு இசையில் வல்லுனராக விளங்கினார். தோடி, ஸ்ரீ ராகம், பைரவி, காம்போதி, கல்யாணி ஆகிய பண்களுக்கு ஐரோப்பிய இசை மரபுப்படி 'Staff Notation' எழுதி இசைக் குழுவில் பாட வைத்து ஒரு புதுமையை அந்தக் காலத்திலேயே நிகழ்த்திக் காட்டியுள்ளார். இதன் தொடர்ச்சியாக 'The nativity of Christ' என்ற நூலை எழுதி அழியாப் புகழ் பெற்றிருக்கிறார்.

புனித விவிலியத்தின் கருத்துக்களைக் கூறும் 'நன்மறை காட்டும் நன்னெறி' என்ற நூலை பண்டிதர் கிறித்தவக் கொடையாக

எழுதியுள்ளார். கிறித்தவத் திருமறையின் மேலான கருத்துக்களைக் கூறுவதால், இந்நூலை கிறித்தவச் சித்தாந்த நூல் என்றும் அழைப்பர்.

மருத்துவம், இசை ஆய்வு, வேளாண்மை முதலிய பல்துறை களில் ஒளி வீசிய பல்துறை அறிஞர் நமது பண்டிதர். குடும்பம், மருந்துகள் தயாரிப்பு, வணிகம் மற்றும் வீட்டு நிர்வாகம் முதலிய வற்றில் அவருக்கு உற்ற துணையாக விளங்கியவர் அவரது துணைவியார் பொன்னம்மாள் ஞானவடிவு. இவர்கள் காலத்தில் கருணானந்தர் பெயரில் அனேக மருந்துகள் தயார் செய்து பெரும் பொருள் ஈட்டினார். அச்செல்வத்தைக் கொண்டு கருணானந்தபுரம் தோட்டத்தை விலைக்கு வாங்கி மிகச் சிறந்த வேளாண் பண்ணை யாக அதை மாற்றிக் காட்டினர். மற்றும் லாலி அச்சுக் கூடம், ஆபிரகாம் பண்டிதர் தெரு என்று இன்று அழைக்கப்படும் மணிக் கூண்டு தெருவிலுள்ள பண்டிதர் வாங்கிய வீடுகள், இன்று அவ ருடைய வழித் தோன்றல்கள் வாழ்ந்து வரும் கருணாநிதி மருத்துவச் சாலை ரமேஷ் காலனி, வடக்குத் தோட்டம், கால்நடைப் பண்ணைகள் எனப் பண்டிதரின் குடும்பம் மிகுந்த செல்வச் செழிப்புடன் வாழ்ந்துள்ளது.

1911ஆம் ஆண்டு டிசம்பர் 15ஆம் நாள் பண்டிதரின் மனைவி பொன்னம்மாள் ஞான வடிவு இறைவனடி சேர்ந்தார். பாடல்களை யும், ஒழுக்கத்தையும் போதிப்பதில் மிகச் சிறந்த ஆசிரியை எனப் போற்றப்பட்டவர்; மிகுந்த பக்தி உள்ளவர்; கிறிஸ்துவத்திலும், இயேசு மீதும் பற்றுக் கொண்டவர்; சிறந்த குடும்ப நிர்வாகியாகத் திகழ்ந்தவர்; பரந்துபட்ட பண்டிதரின் குடும்பத்தை மிகச் சிறப்பாகப் பேணி வந்தவர்; கணவருக்கு மருத்துவத்திலும், வணிகத்திலும் உறுதுணையாக இருந்தவர்; தஞ்சை லேடி நேப்பியர் பள்ளி இவர் தலைமை ஆசிரியையாக இருந்த பொழுது விரிவாக்கம் பெற்றது; மாணவர் எண்ணிக்கையும் மளமளவெனக் கூடியது; இப்பேர்ப்பட்ட சிறப்புடைய துணைவியாரின் மறைவு பண்டிதருக்குப் பெரும் அதிர்ச்சியாக இருந்தது.

பண்டிதரின் பெரும் குடும்பம், மருத்துவம், வணிகம், இசை ஆய்வு, வேளாண்மை முதலிய பணிகளில் பண்டிதரின் இரண்

டாவது மனைவி கோயில் பாக்கியத்தம்மாள் பண்டிதருக்கு உற்ற துணையாக விளங்கினார்.

பண்டிதரின் வழித் தோன்றல்கள்

ஆபிரகாம் பண்டிதரின் குடும்பம் பெரிய குடும்பம். அவருடைய மகன்களும், மகள்களும் அவரைப் போல் மருத்துவம், இசை ஆகிய துறைகளில் சிறந்து விளங்கினர். மூத்த மகன் சோதி பாண்டியன் தமிழிசை மற்றும் ஐரோப்பிய இசையில் சிறந்து விளங்கியவர். அந்த நாளிலேயே நம் இசையையும், மேலை இசையையும் கலந்து கலப்பு இசை (Fusion Music) வடிவமாக இசை நிகழ்ச்சி நடத்தியுள்ளார். இது தொடர்பாக 'The Nativity of Christ' என்ற நூலையும் எழுதியுள்ளார் என்பதை நாம் ஏற்கனவே அறிவோம். கதாகாலட்சேபம் செய்வதில் பண்டிதர் போல சிறப்பாகச் செயல்பட்டுள்ளார். சோதிப் பாண்டியன் புகைப்படக் கலை வல்லுநர். உலகப் புகைப்படக் கண்காட்சியில் கலந்து கொண்டு முதற் பரிசு பெற்றுள்ளார். மேலும் ARPS (Associate of Royal Photographic Society) என்ற சிறந்த பட்டமும் அவருக்கு வழங்கப்பட்டுள்ளது. இவருடைய மகன் மருத்துவர் முத்தையாப் பாண்டியன் மிகச் சிறந்த கண் மருத்துவர்.

மற்றொரு மகன் சுந்தர பாண்டியன். இவரும் மிகச் சிறந்த மருத்துவராக விளங்கியுள்ளார். மருத்துவத் துறையில் ஆய்வு செய்து, 'கெந்தி தைலம்', 'சூட சுண்ணம்' என்ற அருமருந்துகளைத் தயாரித்து அழியாப் புகழ் பெற்றவர்.

இன்னொரு மகன் சௌந்தர பாண்டியன் வேளாண்மையில் சிறந்து விளங்கியது மட்டுமல்லாது புகைப்படக் கலையிலும் திறமை காட்டியவர்.

பண்டிதரின் மற்றொரு மகன் வரகுண பாண்டியன், 'பாணர் கைவழி' என்ற யாழ்நூலை எழுதியவர். இன்றைய வீணை என்பது பண்டைய தமிழ் நூல்களில் கூறப்பட்டுள்ள 'யாழ்' என்ற இசைக் கருவியே என இந்நூலில் பல்வேறு சான்றுகள் மற்றும் ஆய்வுக் கருத்துக்களைக் கூறி நிரூபித்துள்ளார். தென்னிந்திய சைவ சித்தாந்த

நூற்பதிப்புக் கழகத்தினரால் வெளியிடப்பட்ட இந்நூல் பல பதிப்புகளைக் கண்டது.

பண்டிதரின் திருமகன்கள் மூவர் பண்டிதரைப் போல் இசை பாடுவதிலும், இசைக் கருவிகளை மீட்டுவதிலும், இசை ஆய்விலும் சிறந்து விளங்கியுள்ளனர். மகள் மகரதவல்லி துரைப் பாண்டியனும், கனகவல்லி நவமணியும் இசையில் மேன்மையுற்று விளங்கியது மட்டுமல்லாது, பண்டிதரின் இசை ஆய்விலும் பெரிதும் துணையாக இருந்துள்ளனர். பரோடா மாநாட்டில் நடந்த இசை ஆய்வில் அவ்விருவரும் பண்டிதரின் புதிய கண்டுபிடிப்பான 24 சுருதி யாழ் என்ற கருவியை மீட்டி, வாய்ப் பாட்டு பாடியும், வீணையில் அதை வாசித்தும் மாநாட்டுக்கு வந்திருந்த பலருடைய பாராட்டைப் பெற்றனர். பண்டிதரின் இரண்டாம் நூலான கருணாமிர்த சாகரத்தின் தொடர்ச்சியைக் கொண்டு வந்ததில் பெரும் பங்காற்றியவர் மரகதவல்லி துரைப் பாண்டியன். இப்பணியில் இருவருடன் பண்டிதரின் மகன் சுந்தரபாண்டியனும் உற்ற துணையாக இருந்துள்ளார். இந்நூலில் பண்டிதரின் இராக உருவாக்கம் பற்றிய புதிய கண்டு பிடிப்பான 'இராகஸ்புட முறை' பற்றி விரிவாகக் கூறப்பட்டுளளது. 1917ல் தனது முதல் நூலான 'கருணாமிர்த சாகரம்' என்ற நூலைப் பண்டிதர் வெளியிடுகின்றார். அதை 'முதல் புஸ்தகம்' என்றே பண்டிதர் குறிப்பிட்டுள்ளார். அதில் தமது இரண்டாவது புத்தகம் குறித்தும் குறிப்பிட்டுள்ளார். அதற்கான குறிப்புகளைச் சேரித்து வைத்திருந்த போது பண்டிதர் திடீரென இயற்கை எய்தினார். எனவே, அக்குறிப்புகளின் துணையுடனும், அவருடைய துணைவி யாரின் கைப் பிரதியின் மூலமும் மேற்குறிப்பிட்ட பண்டிதரின் மக்கள் இருவரால் பண்டிதரின் இரண்டாவது நூல் வெளிக் கொண்டு வரப்பட்டது. இந்நூல் மற்றொரு தனித் தன்மையும் கொண்டது. ஏற்கனவே நூலிலுள்ள மாயா மாளவ கௌளை, கருடத் தொனி முதலிய இராகங்களில் மட்டுமல்லாது, சில அபூர்வ இராகங்களான கனகாங்கி, நாசிக பூசணியில் கீதம், கீர்த்தனை இயற்றி இராகஸ்புடம் செய்து இந்நூலில் விளக்கம் தரப்பட்டுள்ளது.

ஆபிரகாம் பண்டிதரின் இன்னொரு மகள் அன்னபூரணவல்லி சிகாமணி தனது கணவருடன் 1912ஆம் ஆண்டு இங்கிலாந்து

தேசத்திற்குப் பயணமானார். அரண்மனையில் இங்கிலாந்து மகா ராணியாரைச் சந்தித்து உரையாடியுள்ளார். இராணியார் முன்பு வீணை வாசித்து தமிழிசையாலும், மேலை இசையாலும் மகா ராணியாரையும் அவருடைய குடும்பத்தினரையும் மகிழ்ச்சிக் குள்ளாக்கினார். இவருடைய இசையில் மயங்கிய இராணியார் அன்னபூரணவல்லியாருக்கு வைரக் கடகம் ஒன்றினைப் பரிசாகத் தந்துள்ளார்.

பண்டிதரின் பேரன் தனபாண்டியன் பற்பல இசை ஆய்வு நூல்களை எழுதியுள்ளார். இவர் எழுதியுள்ள 'புதிய இராகங்கள்' மற்றும் 'நுண்ணுலகுகளும் இராகங்களும்' என்ற நூல்கள் பெரும் புகழ் பெற்றவை. இவர் தஞ்சை பல்கலைக் கழக இசைத் துறையில் பணியாற்றி பற்பல இசைத் தொண்டு செய்து வந்துள்ளார்.

பண்டிதரின் மக்கள், பேரப் பிள்ளைகள், அவருடைய உறவினர், அவர்தம் மக்கள், பேரப் பிள்ளைகள் என பண்டிதரின் உறவுச் சுற்றம் மிகப் பெரியதாய் விளங்கியுள்ளது. இவ்வளவு பெரிய குடும்பத்தையும் நிர்வகித்து வந்தவர் அவருடைய துணைவியார் கோயில் பாக்கியத்தம்மாள். தம் மக்கள், பேரப் பிள்ளைகள், உறவினர், அவர்தம் மக்கள், பேரப் பிள்ளைகள் ஆகியோருடன் ஒருங்கே அமர்ந்து நிலாச் சோறு உண்பதில் பண்டிதருக்குப் பெரும் விருப்பம் உண்டு. கிறிஸ்துமஸ் போன்ற பண்டிகை நாட்களில் அவர் கையாலேயே எல்லோருக்கும் துணிமணிகள், இனிப்புகள், பணம் வழங்கி இறைவனைப் பாடி அனைவரையும் மகிழ்விப்பார்.

காலை முதல் இரவு நெடுநேரம் வரை குடும்ப பராமரிப்பு, இசைப் பணி, மருத்துவப் பணி, வேளாண்மை, வணிகம் எனப் பெரும் பாரத்தைத் தாங்கி வந்த வலுமிக்க தூணான அவருடைய மனைவியும், உற்றத் துணையுமான கோயில் பாக்கியத்தம்மாள் ஓய்வில்லாத உழைப்பால் உடல்நலம் குன்றி நோய்வாய்ப்பட்டு இறைவனடி சேர்ந்தார். குடும்ப நிர்வாக பற்றி அதுவரை எதுவும் தெரியாத பண்டிதர் தம் அன்பு மனையாள் இறந்ததும் பெரும் அதிர்ச்சிக்குள்ளானார். அவர் செய்வது அறியாது தவித்தார். வாழ்க்கை மகிழ்ச்சியும், செழிப்பும் அற்றதாக பண்டிதர் உணரத் தொடங் கினார். இந்நிலை அனேக நாட்கள் நீடிக்கவில்லை.

பண்டிதர் தம் இறுதிக் காலத்தில் ஒரு துறவியைப் போல வாழத் தொடங்கினார்; எதிலுமே அவருக்கு ஒரு பிடிப்பு இல்லாத நிலை ஏற்பட்டது. அளப்பரிய செல்வச் செழிப்பும் உற்றார் உறவுச் சிறப்பும், பேரும் புகழும் இருப்பினும் தம் மனைவியின் பிரிவுக்குப் பின் அவர் வெறுமையும் விரக்தியும் அடைந்தார். தமது தோட்டத்தின் வாயிலில் ஒரு மண்டபத்தைக் கட்டி அதில் தனிமையில் வாழ்ந்து வரலானார். பெரும்பான்மை நேரத்தை அங்கேயே கழிக்கலானார். வாய்மொழியாலே புதிய புதிய பாடல்களை இயற்றிப் பாடலானார். அவருடைய கண் பார்வை மங்கத் தொடங்கியது. அவருடைய மக்களோ, பேரப் பிள்ளைகளோ அவர் சொல்வதை எழுதி வந்தனர். துணைவியார் இருந்தவரைக்கும் குடும்ப நிர்வாகம், வணிகம் மற்றும் தமது தேவைகளை உணராத பண்டிதருக்குத் துணைவியார் பிரிவு பேரிடியாகவும், மீள முடியாத பேரதிர்ச்சியாகவும் இருந்தது. அதிலிருந்து இறுதிவரை அவர் மீளவே இல்லை. கண் பார்வை மேலும் மங்கத் தொடங்கியது. தமது நிகரற்ற துணைவியார் மறைந்த சில மாதங்களுக்குள்ளாகவே பண்டிதர் என்ற மாமனிதர் 1919ஆம் ஆண்டு ஆகஸ்டு மாதம் 31ஆம் நாள் இசையோடு இரண்டறக் கலந்தார்.

பெரும் புகழும் இறுதி நாட்களும்

பண்டிதரின் சிறப்பான மருத்துவ முறை குறித்து நாம் அறிந்து கொள்ள வேண்டும். பண்டிதர் திண்டுக்கல்லில் வாழ்ந்த காலத்தில் மூலிகை மருத்துவம் குறித்து நிறையவே கற்றுக் கொண்டார். தமிழ் மருத்துவமான சித்த மருத்துவத்தில் அந்நாளில் சிறந்து விளங்கிய திண்டுக்கல் ஆனைமலைப்பட்டி பொன்னம்பல நாடாரிடம் மருத்துவம் பற்றியும், அதன் நுணுக்கங்கள், மருந்துகள் தயாரிப்பு பற்றியும் அறிந்து கொள்கிறார். அவரே சுருளிமலை கருணானந்த சாமியிடம் பண்டிதரை அழைத்துச் சென்றவர். செய்நன்றி மறவாத பண்டிதர் தாம் தயாரித்த சித்த மருந்துகளுக்கு 'கருணானந்தர் சஞ்சீவி மருந்துகள்' என்றே பெயர் வைக்கிறார்.

இவருடைய பெயருடன் சேர்ந்த 'பண்டிதர்' என்ற சொல் குறித்து இரண்டு கருத்து நிலவுகின்றது. பண்டிதர் ஒரு தமிழாசிரியர். எனவே தமிழாசிரியர்களை அழைக்கும் பண்டிதர் என்ற சொல் இவருடைய

பெயருடன் சேர்ந்ததாகக் கூறுகின்றனர்; மற்றொரு சாரார் கூறுவது: பண்டை நாளில் மருத்துவர்களைப் 'பண்டுவர்' என்றழைத்துள்ளனர். பண்டுவர் என்ற சொல்லே பண்டிதர் எனத் திரிந்ததாகவும் கூறுகின்றனர். எப்படியாயினும் இரண்டு செய்திகளுக்கும் நமது பண்டிதர் பொருத்தமானவரே.

பண்டிதரும் அவர்தம் இல்லத்தரசியாரும் கடின உழைப்பாளிகள். மருந்துகள் விற்பனையால் செல்வம் பெருகத் தொடங்கியது. பண்டிதர் அதுவரை குடியிருந்த மிஷன் தெருவிலிருந்து சென்று அரசரின் கீரைத் தோட்டம் என்றழைக்கப்பட்ட பகுதியில் ஒரு வீட்டைக் கட்டத் திட்டமிட்டார். தஞ்சாவூருக்கு மேல் பகுதியிலுள்ள நிலங்களை மருத்துவத்தால் பெற்ற செல்வத்தால் விலைக்கு வாங்கினார். தாம் பிறந்த ஊரில் வாழ்ந்து வரும் ஏழைச் சுற்றத்தினரை வரவழைத்து தம் வேளாண் பண்ணையில் குடியமர்த்தினார். பண்டிதரும் அவர்தம் துணைவியாரும் பேரன்பு கொண்டவர்கள். தம் பிள்ளைகள் பேரர்களைப் போலவே தம் சுற்றத்தினரின் பிள்ளைகள் பேரர்களையும் அன்புடன் அரவணைத்துச் செல்லும் இயல்புடையவர்களாக இருந்துள்ளனர்.

1898ஆம் ஆண்டு கோவை, மைசூர் மற்றும் மேற்கு மலைத் தொடரின் அடிவாரக் கிராமங்களிலும் ப்யூபானிக் என்ற கொள்ளை நோய் (Plague) பல்லாயிரக்கணக்கான மக்களைக் காவு கொண்டது. மக்கள் கூட்டங்கூட்டமாய் மடிந்தனர். இந்நோய்க்குச் சரியான மருந்தின்றி மக்களும் அரசினரும் பதற்றமடைந்திருந்தனர். அச்சமயம் சுருளிமலை கருணானந்த சாமியிடம் கற்ற மருத்துவ முறை மூலம் மருந்துகள் தயாரித்து இக்கொள்ளை நோயிலிருந்து மக்களைக் காப்பாற்றினார் நமது பண்டிதர்.

தமிழ்நாடு, பக்கத்து மாநிலங்கள், வெளி நாடுகளான இலங்கை, பர்மா முதலிய நாடுகளிலும் பண்டிதரின் மருந்துகள் புகழடைந்துள்ளன. அங்குள்ள தமிழர்களை பற்பல நோய்களிலிருந்து பண்டிதரின் மருந்துகள் காப்பாற்றியுள்ளன. பெரிய அளவில் செய்யப்படுகின்ற மருந்துகளைத் தரம் கெடாமல் இருக்கும்படி தயாரித்தலும் ஒரு கலையாகும் என்று டாக்டர் ஆர். தியாகராசன் LIM (Member, Central Council of Indian Medicine, Government of India, New Delhi) என்பவர் நமது ஆபிரகாம் பண்டிதர் பற்றிக் குறிப்பிடுகின்றார்.

மேலும் பண்டிதரைச் சிறந்த சித்த மருத்துவராகவும், மருந்து தயாரிப்பாளராகவும் உருவாக்கியதில் பண்டிதரின் மருத்துவ ஆசான் சுருளி மலை கருணானந்த சாமிகளுக்கு நிறையவே பங்கு உண்டு. பண்டிதரின் இறுதிக் காலத்தில் அவருடைய குருநாதர் கருணானந்த சாமிகள் பண்டிதரைச் சந்திக்க வந்தது பற்றி சுவாரஸ்யமான, ஆனால் அதிர்ச்சியான செவிவழிச் செய்தி ஒன்றுண்டு.

கண் பார்வை மங்கி, மனைவியை இழந்த துயருடன் விரக்தியுற்று தனிமையில் பண்டிதர் வாழ்ந்த இறுதி நாட்களில் ஒரு முறை கருணானந்த சாமிகள் பண்டிதரைச் சந்திக்க வந்துள்ளார். அச்சயம் பண்டிதர் இருந்த மனநிலையில் சாமிகளை யாரோ பிச்சைக்காரர் என்று நினைத்து துரத்தி விட்டுள்ளார். 'உன் வயதான காலத்தில் நான் உன்னைக் காண வருவேன்; நீ என்னை விரட்டி விடுவாய்' என்று சாமிகள் ஒரு முறை முன்பே கூறியது பண்டிதருக்கு நினைவில் வந்தது. உடனே சாலைக்குச் சென்று மேம்பாலம் வரை ஓடிச் சென்று எங்கு தேடியும் சாமிகளைக் காண முடியவில்லை. இது பண்டிதருக்கு தாங்க முடியாத மன வருத்தத்தைக் கொடுத்தது. சில நாட்களில் கருணானந்த சாமிகள் இறைவனடி சேர்ந்த செய்தி பண்டிதருக்குக் கிடைத்தது. இது பண்டிதருக்குப் பேரதிர்ச்சியாக இருந்தது. இது நடந்த சில நாட்களிலேயே பண்டிதரும் மறைந்தார்.

பல்துறை அறிஞர்

பண்டிதரின் காலகட்டத்தில் ஒரு துறையில் அறிஞர் ஆவதே மிகக் கடினமான ஒன்று. அதுவும் சாதிய நிலையில் உயர்குடி அல்லாதவர்கள் கல்வி அறிவு பெறுவது சாத்தியமில்லாத ஒன்றாயிருந்துள்ளது. ஆனால், பண்டிதருக்கு அவர் ஒரு பல்துறை அறிஞராகப் பரிமளிக்க அவருடைய விடாமுயற்சியே காரணமாக இருந்துள்ளது. இயற்கையிலேயே பல கலைகளையும் கற்க வேண்டும் என்ற தணியாத தாகம் அவருக்குள் எப்போதும் இயங்கிக் கொண்டே இருந்துள்ளது.

மருத்துவம், வேளாண்மை, இசை, ஓவியம், புகைப்படக் கலை, அச்சுக் கலை, சோதிடக் கலை, இசைக் கதைச் சொற் பொழிவு (கதாகாலட்சேபம்) என்று எண்ணற்ற துறைகளில் அவர் தேர்ந்த கலைஞராகத் திகழ்ந்துள்ளார். முற்பகுதியில் பண்டிதரின் மருத்துவத் தொண்டு குறித்து ஓரளவு பார்த்தோம். அந்த ஆளுமை வீச்சை சற்று விரிவாகப் பார்க்க இருக்கிறோம்.

மருத்துவம்

பண்டிதர் வாழ்ந்த காலத்தில் அலோபதி என்ற ஆங்கில மருத்துவ முறை அவ்வளவாக அறியப்படாத ஒன்று. வட இந்திய ஆயுர்வேத மருத்துவமும், அரபியரின் யுனானியும் ஓரளவு தமிழ் நாட்டில் புழக்கத்தில் இருந்துள்ளன. ஆனால், பெருவாரியான மருத்துவம் என்பது இந்தத் தமிழ் மண்ணிற்கே உரிய சித்த மருத்துவமே. அந்த மருத்துவத்திலும் மூலிகை மருத்துவமே பெரும்பாலும் நடைமுறையில் இருந்திருக்கின்றது. இந்த மருத்துவ முறை சித்தர்கள் வழங்கிய கொடை. சிற்றூர்களில் பாட்டி வைத்தியம் என்றும், சித்த வைத்தியம் என்றும் அழைக்கப்படும், இந்த மருத்துவ முறையில் மருத்துவம் செய்தோர் 'பண்டுவர்' என்று அழைக்கப்பட்டனர். மருத்துவம், வைத்தியம் என்பது அந்நாளில் 'பண்டுவம்' என்று மக்களால் அறியப்பட்டுள்ளது.

திண்டுக்கல்லில் பண்டிதர் தம்பதியினர் ஆசிரியப் பணியாற்றி வந்துள்ள காலத்தில், ஆனைமலைப்பட்டி பொன்னம்பல நாடார் என்பவரின் குழந்தைகள் பண்டிதரிடம் பயின்று வந்துள்ளனர். அம்மாணவச் செல்வங்கள் மூலம் பொன்னம்பல நாடாரின் நட்பு கிடைத்தது. பொன்னம்பல நாடார் அந்த வட்டாரத்தில் அந்நாட்களில் மிகச் சிறந்த சித்த மருத்துவர். எனவே அவர் மூலம் இந்த மருத்துவத்தை பண்டிதர் நல்ல முறையில் கற்றுத் தேர்ந்தார். மேலும், அவர் மூலம் பஸ்பம், செந்தூரம், சுண்ணம் ஆகியவற்றின் செய்முறைகளையும், புடமிடும் முறைகளையும் சீரிய முறையில் அறிந்து கொண்டார்.

அந்நாளில் மேற்குத் தொடர்ச்சி மலையில் கம்பம் அருகே யுள்ள சுருளி மலைப் பகுதியில் புகழ் பெற்ற கருணானந்த சாமிகள் என்ற மகான் தவம் செய்து வந்தார். அவர் ஒரு சித்தர். சித்த மருத்துவத்திலும் வல்லவர். அவரிடம் நம் பண்டிதரை பொன்னம்பல நாடார் அழைத்துச் சென்றார்.

அவரைச் சந்தித்தது பண்டிதர் வாழ்வில் ஒரு திருப்புமுனையாக அமைந்தது. அந்நாட்களில் காலரா, பிளேக் போன்ற கொள்ளை நோய்களும், பாம்புக் கடியால் மக்கள் இறப்பதும் வெகு இயல்பான ஒன்றாக இருந்துள்ளது. பண்டிதர் இது குறித்து சாமிகளிடம் முறையிட்டு அதற்கான மருத்துவ முறையை வேண்டியுள்ளார். சாமிகளும் பெருமனம் கொண்டு அனேக மூலிகைகளையும், மருந்துகள் செய்முறையையும் பண்டிதருக்குக் கற்றுத் தந்துள்ளார். இந்த முறைகளைப் பின்பற்றியே 1877 முதல் தஞ்சையில் மருந்துகள் தயாரிக்கலானார். நன்றி மறவாது தனது ஆசான் பெயரிலேயே அம்மருந்துகளுக்கு, 'கருணானந்த சஞ்சீவி மருந்துகள்' என்று பண்டிதர் பெயரிட்டிருந்தார்.

தஞ்சை வட்டாரத்தில் தீராத நோயால் அவதிப்படும் பலருக்கு மருத்துவப் பணி செய்திருக்கிறார். இயல்பாகவே பண்டிதர் அன்பானவர்; இரக்க குணம் கொண்டவர்; இனிய பண்புகள் நிறைந்தவர். இக்குணநலன்கள் மருத்துவம் செய்வதில் மிகப் பெரிய பங்கை ஆற்றுவன. எனவே மக்கள் தம் மருத்துவத்திற்கு பண்டிதரை நாடி பெருவாரியாக வந்த வண்ணமிருந்தனர். காலம் செல்லச்

செல்ல, தனது மருத்துவ நுட்பங்களையும், மருந்து தயாரிக்கும் முறைகளையும் சீர் செய்து கொண்டே வந்த பண்டிதர் தம்பதியினர் 1890ஆம் ஆண்டு வாக்கில் மருந்துகள் தயாரிப்பதில் உச்சத்தையே அடைந்தனர். தஞ்சையில் நிலம் வாங்கி மருத்துவத்திற்காக என்று ஒரு மூலிகைப் பண்ணையையே பண்டிதர் உருவாக்கி இருந்தார். இந்த காலகட்டத்தில் ஆசிரியப் பணியையும், மருத்துவப் பணியை யும் ஒரு சேரப் பார்ப்பது பெருஞ்சுமையாக இருந்துள்ளதால், பண்டிதர் தம் ஆசிரியப் பணியைத் துறக்க நேர்ந்தது.

வேளாண்மை

பண்டிதர் மிகச் சிநற்த முறையில் வேளாண்மை செய்து புகழடைந்துள்ளார். மருத்துவத்தால் பெரும் பொருள் ஈட்டினார். அப்பணத்தில் தஞ்சைக்கு மேற்கே நிலங்களை விலைக்கு வாங்கினார். அது வறண்ட பூமிதான் அப்போது. தன் நுட்பத்தால் செழிப்பான நிலமாக மாற்றிக் காட்டினார். தன் ஆசானின் நினைவாக, 'கருணானந்தபுரம்' என்றே அந்நிலப் பகுதிக்குப் பெயர் சூட்டி இருக்கின்றார். ஒரு பகுதியைத் தன் மருத்துவத்திற்குத் தேவையான மூலிகைகள் பயிரிடப் பயன்படுத்தியுள்ளார். மா, பலா, சப்போட்டா, பனை, தென்னை, ஈச்சை, மூங்கில் முதலிய மரங்களை வளர்த்து வந்துள்ளார். மற்றொரு புறம் மாதுளை, மங்குஸ்தான், அத்தி, திராட்சை போன்ற கனி வர்க்கங்களைப் பயிரிட்டிருந்தார். இன்னொரு புறம் சர்க்கரை வள்ளி, மரவள்ளி, அரரூட் முதலிய கிழங்கு வகைகளையும், நம் நாட்டு மற்றும் வெளி நாட்டு காய் வகைகளையும் தமது தோட்டத்தில் வளர்த்து வந்துள்ளார். மற்றும் மல்லிகை, முல்லை, சம்பங்கி, ரோஜா, இருவாட்சி போன்ற மலர்ச் செடிகளையும் பயிரிட்டு வந்திருக்கிறார். அந்நாளிலேயே ஒரு காடு வளர்ப்பு முறையைச் செய்து காட்டியுள்ளார்.

ஊருக்கு வெளியே செல்வதாக இருந்த கால்வாய் இவருடைய தோட்டத்தைச் சுற்றிச் செல்வதாக மாற்றப்பட்டது. இருப்பினும் தண்ணீர் மேலும் தேவைப்பட்டது. 1904ஆம் ஆண்டு வாக்கில் 40 அடி ஆழத்தில் பெரிய கிணறு ஒன்று வேளாண் தேவைக்காக அவருடைய தோட்டத்தில் தோண்டப்பட்டது. 9½ குதிரை சக்தி கொண்ட கிராஸ்பி (Graspy) எனும் மண்ணெண்ணையால்

இயங்கும் நீர் இறவை எந்திரம் இங்கிலாந்திலிருந்து இறக்குமதி செய்யப்பட்டது. இந்த எந்திரத்திலிருந்து உற்பத்தி செய்யப்பட்ட மின்சாரம் தஞ்சை நகராட்சி அலுவலகத்திற்கு அளிக்கப்பட்டதற் கான நகராட்சி ஆவணம் உள்ளது. மேலும் தண்ணீர் தேவைக்காக பாண்டிச்சேரியிலிருந்து துளை போடும் எந்திரம் தருவிக்கப்பட்டது. தோட்டத்தில் பல இடங்களில் 100 அடி ஆழம் வரை துளைகள் போடப்பட்டன. அடுத்த ஆண்டில் 75 அடி ஆழத்தில் மற்றொரு கிணறும் தோண்டப்பட்டது. லிவர்பூலிலிருந்து 'காற்றாடி எந்திரம்' வரவழைக்கப்பட்டு கிணற்று நீர் இறைக்கப் பயன்படுத்தப்பட்டது. ஆடு, மாடுகளும் வளர்க்கப்பட்டு மிகப் பெரிய பண்ணையே உரு வானது. பட்டுப் பூச்சிப் பண்ணையை அங்கே பண்டிதர் உருவாக்கி யுள்ளார்.

தம்முடைய வேளாண் முறைகளையும், புதிய கண்டுபிடிப்பு களையும் அந்த வட்டார உழவர்களுக்கு துண்டு அறிவிப்புகளாக அச்சிட்டு வழங்கியுள்ளார். வேளாண் மக்களுடன் வேளாண்மை குறித்து அடிக்கடி உரையாடியுள்ளார். இவ்வேளாண் பண்ணை விரைவிலேயே மிக்க புகழை அடையத் தொடங்கியது. 1907 முதல் 1914 வரை அதாவது எட்டு ஆண்டுகளில் இப்பண்ணையில் உற்பத்தியான பல்வேறு பொருட்கள் பல வேளாண் கண்காட்சி களில் இடம் பெற்றுள்ளன. ஆறு தங்கப் பதக்கங்களையும், 37 வெள்ளிப் பதக்கங்களையும், ஏழு பித்தளைப் பதக்கங்களையும் இவ்வேளாண் பண்ணை பெற்றுள்ளது குறிப்பிடத் தக்கது.

சென்னை ஆளுநராக அப்போது சர் ஆர்தர் லாலி பணியாற்றி வந்தார். 1908 பிப்ரவரி 22ஆம் நாள் அவர் தஞ்சை ஆபிரகாம் பண்டிதரின் தோட்டத்தைப் பார்வையிட வந்திருக்கிறார். தோட்டத்தைச் சுற்றிப் பார்த்து பண்டிதரை வெகுவாகப் பாராட்டி யுள்ளார். குறிப்புப் புத்தகத்தில் ஆளுநர் எழுதியுள்ளது:

''ஆபிரகாம் பண்டிதரின் அழைப்பிற்கிணங்க இன்று அவருடைய தோட்டத்தைக் கண்டு களிப்புற்றேன். விவசாயத் துறையில் முன்னோக்குடனும், விடா முயற்சியுடனும், திறமையுடனும், பணியாற்றுவதற்கு அவரை உதாரணமாகக் கொள்ளலாம்.''

மேலும் அப்போதைய புதுச்சேரி ஆளுநர், வேளாண் உயர் அதிகாரி சிவசாமி ஐயர், முகவை அரசர், திருவனந்தபுரம் இளவரசர் நாராயணன் நம்பி, கேரள வேளாண் இயக்குனர் என். குஞ்சன் பிள்ளை, கோவை வேளாண் கல்லூரி முதல்வர் திரு. ஆர். சசில் உட் போன்ற அந்நாளைய உயர் அதிகாரிகள் மற்றும் உயர்நிலை யிலுள்ள பெரியோர்கள் அவருடைய தோட்டத்தைப் பார்வையிட் டுள்ளனர்.

பண்டிதரின் பண்ணையில் பல புதிய வேளாண் பொருட்கள், பயிர் வகைகள் தேர்வு முறையில் பயிரிடப்பட்டள்ளன. ஒட்டு முறை வேளாண்மை செய்யப்பட்டிருக்கின்றது. வேளாண் துறை யில் பல புதுமைகளைக் கண்டுபிடித்தார். ஒட்டு முறையில் ஒரு புதிய கரும்பைக் கண்டுபிடித்தார். 12 அடி முதல் 15 அடி வரை வளரும் இக்கரும்பு கரிய நிறமாகவும், செந்நிறமாகவும் வளர்ந் துள்ளது. நல்ல பருமன் உள்ளது. இதற்கு 'இராஜாக் கரும்பு' எனப் பண்டிதர் பெயரிட்டிருந்தார். அரசுத் துறை தாவர இயல் அதிகாரிகள் இக்கரும்பைப் பார்வையிட்டனர். அரசு தாவர இயல் நிபுணர் எம்.சி. பார்பர் அவர்களில் முக்கியமானவர். இக்கரும்பு குறித்தும், ஏனைய வேளாண் முயற்சி குறித்தும் பண்டிதரை அவர் மிகவும் புகழ்ந்து பாராட்டினார்.

'இராவ் சாகேப்' என்னும் பட்டம் பண்டிதருக்கு அவருடைய வேளாண் பணியைப் பாராட்டி அளிக்கப்பட்டது. அது முதற் கொண்டு 'தஞ்சை இராவ் சாகேப் மு. ஆபிரகாம் பண்டிதர்' என்றே அவர் அழைக்கப்படலானார்.

இசைப் பணியாளர்

தமிழ் மொழியின் முதல் நூல் தொல்காப்பியம். அது தமிழ் மொழி இலக்கணம் பற்றி மிக விரிவாகக் கூறுகின்றது. அது மட்டுமின்றி தமிழர் பண்பாடு, வாழ்க்கை முறை, யாப்பு வகை, இலக்கியங்கள் ஆகியன பற்றியும் விரிவான விளக்கம் தருகிறது. மொழி இலக்கணம் கூற வந்த தொல்காப்பியர் தமிழரின் இசை குறித்து மிக மிக முக்கியமானதும் அடிப்படையானதுமான செய்தி களையும் பதிவு செய்துள்ளார். இந்நூலுக்கு முன்பிருந்த இசை நூல்

குறித்து 'நரம்பின் மறை' என்று இந்நூலில் இதன் ஆசிரியர் தொல்காப்பியர் தெரிவிக்கின்றார். எனவே தென்னக இசை என்றும், கர்நாடக இசை என்றும் பின்னாளில் அழைக்கப்பட்ட தமிழிசை யானது ஏறக்குறைய 3000 ஆண்டு பழமை உடையது என ஆய்வாளர்கள் கூறுகின்றனர்.

திணை இலக்கியங்களான பத்துப் பாடல்களிலும், எட்டுத் தொகை நூல்களிலும், தமிழர் இசை பற்றி நெடுகவே பல குறிப்புகள் வருகின்றன. தமிழ் மொழியின் முதல் காப்பியமும், உலகக் காப்பியங்களின் வரிசைகளில் வைத்து எண்ணத் தக்க பெரும் காப்பியமான 'சிலப்பதிகாரம்' என்னும் நூலில் அதன் ஆசிரியர் இளங்கோவடிகள், தமிழர் இசைக்கு முழுமையான, ஓர் இலக்கணத்தையே வழங்கியுள்ளார். இக்காப்பியத்திற்கு இரண்டு உரைநூல்கள் உள்ளன. ஆசிரியர் பெயர் அறியப்படாத ஓர் உரை. அரும் பதங்களுக்கு (Obsolete Musical Terms) அந்த ஆசிரியர் பொருள் கூறி, சிற்சில இடங்களில் விளக்கமும் தந்துள்ளார். எனவே, அவருடைய உரை தரும் முறையிலேயே அவர் 'அரும்பத உரைகாரர்' என்று அழைக்கப்பட்டார். இன்னொரு உரைகாரர் 'அடியார்க்கு நல்லார்'. இவர் தமிழ் இசை குறித்து மிக நீண்ட, நுட்பமான பல விளக்கங்களை அளித்திருக்கின்றார். இவ்வாறாக, பண்கள் (இராகங்கள்), தாளங்கள், இசைக் கருவிகள், இசை பாடுமுறை என்று தமிழர் இசை குறித்து அரும்பெரும் செய்திகளை இக்காப்பியமும் அதன் உரைகளும் நமக்குத் தருகின்றன.

மேலும் தொடர்ந்து வந்த தமிழ் இலக்கிய மரபும், இலக்கண மரபும், உரை மரபும், நிகண்டு மரபும் தமிழர் இசை பற்றி நிரம்பவே செய்திகளைத் தருகின்றன. சேக்கிழார் படைத்த பெரிய புராணம் வரை இம்மரபு தொடர்கின்றதை நாம் பார்க்கிறோம்.

சைவ சமய அடியார் பற்றிய சேக்கிழாரின் 'திருத்தொண்டர் மாகதை' என்ற பெரியபுராணம் இசை பற்றிய அனேக செய்திகளைக் கூறுகின்றது. ஏனெனில், இறையன்பு (பக்தி) இயக்கக் கால கட்டத்தில் இசை பெரிய அளவில் பயன்படுத்தப்பட்டது; மேலும் இசையை வளர்க்கவும் இறையன்புச் சான்றோர் உறுதுணையாக இருந்துள்ளனர். ஆயினும் 12ஆம் நூற்றாண்டு சேக்கிழார்

காலத்திற்குப் பின் 19ஆம் நூற்றாண்டு வரை ஓர் எழுநூறு ஆண்டு காலத்தில் இசை பற்றி எந்த நூலும் தமிழில் வரவில்லை. வட மொழியிலும், தெலுங்கிலும் நூல்கள் பெருகின. தமிழ் மொழி யானது முத்தமிழாக, இயல் தமிழ், இசைத் தமிழ், நாடகத் தமிழ் என்று கூறப்பட்டாலும், இசை பற்றி தமிழர்களுக்கு எதுவும் தெரியாது என்று சொல்லுமளவுக்கு நிலைமை சென்று விட்டது. பழந்தமிழ் இலக்கியங்களிலுள்ள இசைச் செய்திகளுக்கு விளக்கம் கூற யாருமில்லை. அதாவது அது பற்றி தமிழ் அறிஞர்களுக்கே எதுவும் புரியாத நிலை.

இப்பேர்ப்பட்ட நெருக்கடியான காலத்தில்தான் தமிழிசை வானில் ஒரு புதிய தாரகை உதித்து மின்னத் தொடங்கியது. ஒரு செவி வழிச் செய்தி இப்படிச் சொல்கிறது:

மருத்துவத்தில் பெரும் பொருள் ஈட்டிய பண்டிதர், மிகுந்த பரிசுப் பொருட்கள், நிறையப் பணம் இவற்றுடன் தன்னுடைய ஆசான் கருணானந்த சாமிகளைக் காணச் சென்றிருந்தார். அத்துறவி எதையும் ஏற்க மறுத்து விட்டார்; மேலும் உலகப் பற்றறுத்த தனக்கு பொன்னும் பொருளும் ஏன் என்று வினாத் தொடுத்திருக்கின்றார். அவர் ஒரு வேண்டுகோள் விடுத்ததாகக் கூறுகின்றனர். தமிழ் இசை மிகவும் சீர் இழந்து இருப்பதால் அதை மீட்க ஆவன செய்ய அம்முனிவர் கேட்டுக் கொண்டார். மேலும், முனிவருக்குப் பண்டிதர் கொண்டு வந்த செல்வத்தைத் தமிழ் இசைக்காகப் பயன்படுத்துமாறு கேட்டுக் கொண்டிருக்கிறார். தனது ஆசான் கேட்டுக் கொண்டதற் கிணங்க, பண்டிதர் தமக்கு ஏற்கனவே ஈடுபாடுள்ள இசை பற்றிய ஆய்வு, மாநாடு முதலியவற்றிற்கு தம் பெரும் பொருளைச் செலவு செய்கின்றார். தமது பல்லாண்டு ஆராய்ச்சியால், 'கருணாமிர்த சாகரம்' என்ற பெரும் நூலை உருவாக்குகின்றார். ஏறக்குறைய ஆயிரம் ஆண்டுகளுக்குப் பின் தமிழிசை வரலாற்றில் உருவான மிகப் பெரிய இந்த இசை ஆய்வு நூலைப் பண்டிதரின் அரும்பெரும் அருட்கொடை என்றே கூறலாம். இந்த நூலைப் பற்றி விரிவாக நாம் பின்னால் பார்க்க இருக்கிறோம். மிக்க ஆவலைத் தூண்டு கின்ற பல சமாச்சாரங்கள் அந்நூலில் உள்ளன. 'இசையே வாழ்வு' என்றிருந்த ஒருவரின் கதையும்கூட அந்நூல்.

பண்டிதருக்குச் சிறு வயது முதலே இசையில் ஆர்வம் அதிகம். இந்த ஆர்வப் பெருக்கமும், அவருடைய ஆசானின் கோரிக்கையும் இந்நூல் உருவாக முக்கிய காரணிகள். திண்டுக்கல்லில் பணியாற்றிய போது அக்காலகட்டத்தில் புகழ் பெற்ற வயலின் மேதை சடையாண்டி பத்தரிடம் முறையாக இசை பயின்றிருக்கிறார் நமது பண்டிதர். தஞ்சையில் ஆசிரியப் பணியாற்றிய பொழுது, இராமசாமி கோவில் நாகசுரக் கலைஞர்களுடன் நெருக்கமாகப் பழகி, தனது இசை அறிவையும், பாடும் திறனையும் மேலும் வளர்த்துக் கொண்டிருக்கிறார். இசைப் பாடகர்கள், இசைக் கருவியாளர்கள் பலருடன் உரையாடி தன்னுடைய இசை பற்றிய நுட்பங்களைப் பெருக்கிக் கொண்டார். ஏழு இசை மாநாடுகளைத் தன் சொந்தச் செலவிலேயே நடத்தி இசை விவாதங்களையும் முன்னெடுத்திருக்கிறார். வாய்ப்பாட்டு, வீணை, பிடில் முதலியவற்றில் தேர்ச்சியடைந்தவர். இவ்வாறான அவருடைய இசை குறித்த செயல்பாடுகளே, அவரை ஓர் இசை ஆய்வாளராகவும், பாடகராகவும், பாடல் ஆசிரியராகவும் உருவாக்கியுள்ளது.

அவர் வாழ்ந்த காலத்தில் தமிழகத்தில் பாடப்பட்ட அனேக பாடல்கள் தெலுங்கு மொழியிலும், வடமொழியிலும், பல வட இந்திய மொழிகளிலும் கூட இருந்தன. தியாகராசர், முத்துசாமி தீட்சிதர், சியாமா சாஸ்திரிகள் ஆகியோரின் பாடல்களே தமிழ் இசை அரங்குகளில் பாடப்பட்டன (பண்டிதரின் காலத்திற்குப் பின் ஒரு நூற்றாண்டு காலத்தில் இந்த நிலைமை ஒன்றும் சொல்லிக் கொள்கிறாற் போல மாறி விடவில்லை); புரந்தரதாசர் என்பவர் 'கர்நாடக சங்கீத பிதாமகர்' ஆகி விட்டார். அவருடைய இசைப் பயிற்சி முறையை தமிழகத்தில் பரவ விட்டு விட்டனர். அவருடைய சுராவளி, அலங்காரம், கீதம் போன்றவை கன்னட மொழியில் இருந்தன. இசை பற்றிய விஷயங்கள் யாவும் தமிழல்லாத பிற மொழியில் இருந்ததால் இசை கற்பதிலும், இசை கேட்பதிலும் தமிழர்களுக்கு மிகுந்த இடர்ப்பாடு ஏற்பட்டு விட்டது.

இந்நிலையை பண்டிதர் உணர்ந்து கொள்கின்றார். தமிழில் புதிய சாகித்யங்களை உருவாக்க முனைகின்றார். அதன் முதல் படியாக 96 தமிழ்ப் பாடல்களை இயற்றி, இசைப்படுத்தி அவைகளைப் பாட வைக்கவும் தக்க ஏற்பாடுகளைச் செய்தார். 96

தமிழ்ப் பாடல்களில் 41 உருப்படிகள் தஞ்சை இசை ஆசிரியர் திரு. செகந்நாத பட்டு கோசாமி என்பவரால் மாணவர்களுக்குச் சொல்லித் தரப்பட்டுள்ளன. மீதியுள்ள 51 உருப்படிகள் தஞ்சை அரண்மனை வீணைக் கலைஞர் திரு. வெங்கடாசல ஐயர் என்பவரால் சுரப்படுத்தப் பட்டு, வீணையிலும் பாடம் சொல்லித் தரப்பட்டுள்ள பெருமை கொண்டிருக்கிறது. இப்பாடல்கள் தொகுக்கப்பட்டு 'கருணாமிர்த சாகரத் திரட்டு' என்ற பெயரில் முதல் பாகமாக வெளிக் கொண்டு வரப்பட்டுள்ளது. இதன் இரண்டாம் பாகமும் பின்னர் வெளி வருகிறது. நாட்டுப்புறப் பாடல்கள், கீர்த்தனைகள் இயற்றுவதில் வல்லவர் பண்டிதர் என்பதனை சாகரத் திரட்டுப் பாடல்கள் தெரிவிக்கின்றன. விழாக்களிலும், தேவாலயத்திலும் பாடுவதற்காக அனேக பாடல்களைப் பண்டிதர் தமிழில் புனைந்திருக்கிறார். இன்று வரை அவை பாடப்பட்டு வரும் புகழைப் பெற்றுள்ளன (பண்டிதரின் சில இசைப் பாடல்கள் பின்னிணைப்பு 1ல் தரப்பட்டுள்ளன). இன்று வரை கிறித்தவர்களின் திருமணங்களில் பாடப்படும் பாடல்கள் பல பண்டிதர் இயற்றியவை.

'மங்களம் செழிக்க கிருபை அருள் மங்கள நாதனே'

'ஆசீர்வதியும் கர்த்தரே ஆனந்த மிகவே'

மற்றும் அவருடைய சிறப்பான லாலிப் பாடல்கள் என திருமண நாளில் பாடப்படும் பாடல்கள் பல, பண்டிதரின் கொடையே.

"ஒருவருடைய மிகப் பெரிய சொத்து எது?" என்று நபிகளாரிடம் ஒருவர் கேட்டார். அதற்கு நபிகளார் தந்த பதில்:

"நல்ல காரியத்திற்கு நீங்கள் செய்யும் செலவே உலகில் மிகப் பெரிய சொத்து." இசை ஆய்வுக்காக 27.05.1912ல் தஞ்சை சங்கீத வித்யா மகாசன சங்கத்தைப் பண்டிதர் தொடங்குகிறார். 1912 முதல் 1917 வரை ஏழு இசை மாநாடுகளையும் தம் சொந்தச் செலவிலேயே நடத்துகின்றார். மருத்துவத்தில் தாம் ஈட்டிய பொருளில் பெரும் பகுதியை தமிழிசைக்காகவே செலவு செய்கின்றார். 1916ல் பரோடாவில் நடந்த இசை மாநாட்டிற்கு பலரைத் தம் சொந்தச் செலவிலேயே அழைத்துச் சென்றுள்ளார். தம்முடைய மக்கள் மரகதவல்லி, கனகவல்லி ஆகியோரைக் கொண்டு 24 சுருதிகளில்

அமைந்த சுருதி வீணை(பண்டிதரே உருவாக்கியது)யை வாசிக்கச் செய்து எல்லோரையும் மலைக்கச் செய்கிறார். இந்த மாநாட்டில் வீணை தனம்மாள் மற்றும் இந்துத்தானி இசையின் பிதாமகன் என்று அழைக்கப்படும் பண்டித வி.என். பத்கண்டேயும் கலந்து கொள்கின்றனர். தென்னக இசை என்றும், கர்நாடக இசை என்றும் இக்காலத்தில் வழங்கப்படும் இசையானது தொன்மையான தமிழிசைதான் என்று சொற் பெருக்கு, இசைப் பெருக்கு ஆற்று கின்றார். பண்டிதரையும் அவர்தம் பெண்களையும் மாநாட்டிற்கு வந்திருந்த யாவரும் பாராட்டுகின்றனர். மாநாடு பண்டிதருக்கும், மாநாட்டை நடத்தியவர்களுக்கும் பெரும் வெற்றியாக அமைந்தது.

புகைப்படக் கலைஞர்

பண்டிதர் தம்பதியினர் திண்டுக்கல்லில் ஆசிரியப் பணியாற்றிய போது பண்டிதர் புகைப்படக் கலையைத் திறம்படக் கற்றுக் கொண்டார். பள்ளி நிர்வாகி அருட் தந்தையார் யார்க் மிகச் சிறந்த புகைப்படக் கலைஞர். இக்கலையை நம் பண்டிதருக்கு அவரே கற்றுத் தந்தார். 10'' × 12'' புகைப்படக் கருவியை வாங்கி அதில் படமெடுத்துப் புகழ் பெற்றார். பல புகைப்படங்கள் பரிசுப் போட்டியில் பரிசுகளைத் தட்டிச் சென்றுள்ளன. லண்டனிலுள்ள அரசு கலைச் சங்கத்தின் அங்கத்தினராக (Member of Royal Society of ARts, London) தேர்வு பெற்றிருக்கிறார்.

சோதிடக் கலை

பண்டிதரின் திண்டுக்கல் வாழ்க்கையே அவரை ஒரு பல்துறை அறிஞராக உருவாக்கியது. திண்டுக்கல் கந்தசாமிப் பிள்ளை மூலமாக சோதிடக் கலையையும், கைரேகைக் கலையையும் பண்டிதர் கற்றுக் கொண்டார். தஞ்சையில் சோதிட விமர்சன சபையைப் பண்டிதர் அமைத்து, பற்பல சோதிடர்களை அழைத்து, அவர்களுடன் உறவாடி தம் சோதிட அறிவைப் பெருக்கிக் கொண்டார். இந்த அனுபவங்களால் பிற்காலம் சோதிடக் கலையுடன் இசைக் கலையை சேர்த்து ஆராய்ச்சி செய்யும் நல்ல வாய்ப்பு பண்டிதருக்குக் கிடைத்தது. பன்னிரண்டு ஓரை(இராசி)யுடன், இசையின் பன்னிரண்டு தான சுரங்களைப் பொருத்தி ஆய்வு

செய்யும் ஒரு முறையில் பண்டிதர் பற்பல உண்மைகளைக் கண்டிருக்கிறார். இணை, கிளை, பகை, நட்பு என்ற இசையின் பொருந்து சுரங்களுக்கும், அவை நிற்கும் ஓரைக்குமான தொடர்பைப் பண்டிதர் வெளிக் கொணர்ந்துள்ளார். இது குறித்து நுட்பமான விவரங்களைத் தமது கருணாமிர்த சாகர நூலில் பண்டிதர் பதிவு செய்திருக்கின்றார்.

இசைக் கதைச் சொற்பொழிவு

ஒரு கதையை இசையுடன் சொல்வது இசைக் கதைச் சொற்பொழிவு என்ற கதாகாலட்சேபம். இது எல்லா நாடுகளிலும் ஒரு பழமையான கதை நிகழ்த்து முறையாக நடைபெற்று வந்துள்ளது. படிப்பறிவு பரவலாக இல்லாத அக்காலத்தில் மக்களிடம் கதையைக் கொண்டு செல்ல இந்த நிகழ்த்து வடிவம் பெருந்துணையாக இருந்துள்ளது.

சிவராவ் என்ற கலைஞர் அப்போது தஞ்சையில் வாழ்ந்து வந்தார். அவர் 14 மொழிகளில் பாடல் இயற்றும் திறமை கொண்டவராகத் திகழ்ந்தார் என்று கூறப்பட்டிருக்கின்றது. அவர் ஒரு சித்திரக் கவியும் கூட. மராத்திய இலாவணிக் கலையிலும் அவர் சிறந்து விளங்கிய மராத்தியர் ஆவார். 'வள்ளிக் கல்யாணம்' என்ற நிகழ்ச்சியை இசைக் கதைச் சொற்பொழிவாகத் தம் இல்லத்தில் நடத்திக் காட்ட அவருக்குப் பண்டிதர் உதவி புரிந்திருக்கிறார். மேலும், தான் கற்ற கதாகாலட்சேபக் கலையை தமது மகன் சோதிப் பாண்டியனுக்கும் கற்றுத் தந்தார். கிறித்து பிறந்த நிகழ்ச்சியை ஒரு வாரம் சோதிப் பாண்டியன் கதாகாலட்சேபமாக நிகழ்த்தியுள்ளார்.

அச்சுக் கலை

திண்டுக்கல்லில் ஆசிரியராகப் பணியாற்றிய போது, கந்தசாமிப் பிள்ளை என்பவருடைய அச்சுக் கூடத்தில் அச்சுக் கலை பற்றி அறியலானார். 1912ஆம் ஆண்டு தஞ்சையில் மின்சாரத்தால் இயங்கும் அச்சகத்தை உருவாக்கினார். சென்னை ஆளுநராகப் பணியாற்றிய சர் ஆர்தர் லாலி என்பவரின் நினைவாக 'லாலி அச்சுக் கூடம்' என்று பெயர் சூட்டினார். தஞ்சை சங்கீத மகாலைப் போன்ற

அமைப்பில் அச்சுக் கூடம் அமைத்து, சங்கீத மகாசன சங்கத்தின் ஏழு மாநாடுகளைப் பண்டிதர் இந்தக் கட்டிடத்திலேயே கூட்டினார். ஒன்பது குதிரை சக்தியுள்ள மின் உற்பத்தி எந்திரம் பொறுத்தப் பட்டது. அதிலிருந்து கிடைக்கும் மின்சாரத்தால் அச்சகம் இயங்கியது. இந்த லாலி அச்சுக் கூடத்திலிருந்து தஞ்சை மாவட்ட ஆட்சித் தலைவர் அலுவலகத்திற்கு மின் விசை வழங்கப்பட்டது. இதற்கு தஞ்சை வருவாய் அலுவலகத்தில் ஆவணம் உள்ளது. இந்த லாலி அச்சக் கூடத்தில்தான் 1917ஆம் ஆண்டு தனது பெருநூலான கருணாமிர்த சாகரத்தை (முதல் பதிப்பு) பண்டிதர் அச்சடித்துள்ளார். இந்தச் செய்தியை தமது நூலில் ஆபிரகாம் பண்டிதர் குறிப்பிடு கிறார்.

முடிவுரை

ஒரு சிறிய குக்கிராமத்தில் பிறந்தார் பண்டிதர். அவர் பிறந்த நாடார் சாதியானது அக்காலத்தில் சமூகத்தில் இழிந்த சாதியாகக் கருதப்பட்டது. அப்பேர்ப்பட்ட நமது பண்டிதர்தான் தமிழிசையின் வேர்களை எல்லாம் வெளிக் கொண்டு வருகிறார். திண்டுக்கல் ஆசிரியப் பயிற்சி; சுருளி மலையில் மருத்துவப் பயிற்சி; புகைப்படக் கலை, அச்சுக் கலை, ஓவியக் கலைப் பயிற்சி; தஞ்சையில் காடு வளர்ப்பு; பசுமைப் புரட்சி; இசை ஆய்வாளர்; பாடல் இயற்றி மெட்டமைத்துப் பாடும் வாக்கேயக்காரர். சாகரம் (கடல்) போன்ற தமிழ் இசை ஆய்வுப் பெருநூல்; ஏழு இசை மாநாடுகள் நடத்திய பெருமை; இதற்கெல்லாம் சொந்தக்காரராகிறார் பண்டிதர். தஞ்சை மக்கள் இவர் ஆற்றிய பணிகளை நன்றியுடன் நினைவுகூர இவர் வாழ்ந்த வீடு அமைந்த தெருவை 'ஆபிரகாம் பண்டிதர் தெரு' என்று பெயரிட்டு அழைக்கலாயினர்.

பண்டிதரின் இசை ஆய்வு

தாம் இசை ஆய்வு செய்ய வேண்டிய களங்கள் பற்றி தமது பெருநூலான கருணாமிர்த சாகரத்தில் நான்கு பகுதிகளாக பண்டிதர் குறிப்பிடுகின்றார். முதல் பாகத்தில் இந்திய சங்கீத சரித்திரத்தையும், இரண்டாம் பாகத்தில் இருபத்திரண்டு சுருதிகள் குறித்தும், மூன்றாம் பாகத்தில் தென்னிந்தியாவில் வழங்கி வரும் இசைத் தமிழ்ச் சுருதிகள் பற்றியும், நான்காம் பாகத்தில் கர்நாடக சங்கீதம் என்றழைக்கப்படும் இசைத் தமிழில் வழங்கி வரும் சுருதிகளின் கணக்குகள் குறித்தும் தாம் இசை ஆய்வு மேற்கொண்டதாகப் பண்டிதர் மிக விரிவாக எழுதியுள்ளார்.

இதில் முக்கியமான ஒரு செய்தி: ''கர்நாடக சங்கீதம் என்றழைக்கப்படும் இசைத் தமிழ்...'' என்று குறிப்பிடுகின்றார். இன்று கர்நாடக சங்கீதம் என்று பெயர் மாறிய இசை 'தமிழிசை' தான் என்பதை அன்றே பண்டிதர் தெளிவுபடுத்தியுள்ளார்.

கர்நாடக சங்கீத மேதை திருவாளர் செம்மங்குடி ஸ்ரீனிவாசையர் கூறுவதாவது:

''தமிழக இசை மரபு 3000 ஆண்டு கால பழமையுடையது. இது சங்க காலம் தொடங்கி இக்காலம் வரை பலவாறு வளர்ந்து செழிப்புற்றுத் திகழ்கின்றது.''

கர்நாடக சங்கீத விமர்சனச் சக்கரவர்த்தி திருவாளர் சுப்புடு கூறுவதாது:

''எல்லாவற்றுக்கும் எப்போதும் வடக்கேயே பார்த்து அண்ணாந்து நின்ற நம் மக்களுக்கு தமிழ் இசை, அதன் இலக்கணம் ஆகியவை எவ்வளவு தொன்றுதொட்டது என்பது இதனால் புரியும்... ஒன்று நிதர்சனமாகிறது. தென்னாட்டில் எந்த இசையாக இருந்தாலும் அது 'தமிழ் இசை இலக்கணத்தை' அடிப்படையாகக் கொண்டதுதான் என்பது நிச்சயம்.''

நாமக்கல்லார் என்றழைக்கப்படும் நாமக்கல் கவிஞர் வெ. இராமலிங்கம் பிள்ளை தமது 'இசைத் தமிழ்' என்ற நூலில் குறிப்பிடுவதாவது:

''...தமிழ்நாட்டில் சங்க காலத்திலிருந்து பாண்டிய, சேர, சோழ மன்னர்களால் பாதுகாக்கப்பட்டுத் தமிழ் நாட்டுக் கோயில்களில் தெய்வத்துடன் சேர்த்து கும்பிடப்பட்டு, நாட்டியக்காரரின் பாட்டிலும், மேளக்காரரின் வீட்டிலும் குல தெய்வமாகக் கொண்டாடப்பட்டு, தேவார, திருவாசக, திருவாய்மொழிப் பாசுரங்களில் பண் பெற்று 'என்றுமுள தென் தமிழில்' இருந்து கொண்டேயிருந்த இசைக் கலைதான், இளங்கோவடிகளின் இலக்கியத்திலும், அடியார்க்கு நல்லாரின் உரையிலும் சொல்லப் பட்ட அதே இசைக் கலைதான் காலத்திற்கேற்ற மாறுதல்களை அடைந்து, புதுப் புதுக் கலைவாணருடைய மனோதர்மங்கள் கலந்த, 'கர்நாடக சங்கீத'மாக இப்போது காதில் விழுகிறது. கர்நாடக சங்கீதம் என்று பெயர் மாறி விட்டாலும் அந்த சங்கீதம் தமிழ் நாட்டு இசைக் கலைதான். வேறு எந்த நாட்டிலிருந்தும் அல்லது வேறு எந்த மொழியிலிருந்தும் வந்ததல்ல.

தமிழ்நாட்டு இசைக் கலையிலிருந்து ராக தாளங்களின் பழைய பெயர்கள் மாறி விட்டதைப் போலவே, 'தமிழ் நாட்டு இசைக் கலை', 'கர்நாடக சங்கீதம்' என்று பெயர் மாறி விட்டதேயன்றி பின்னொன்றுமில்லை. பெயர் பிற மொழிப் பெயராக இருப்பதைக் கண்டு ஏமாற வேண்டியதில்லை.''

நமது பண்டிதரும், பண்டைக் காலமுதலே தமிழர், இசைக்கு அளித்து வந்த உயர் சிறப்பைப் பற்றியும், அதன் இன்றைய நிலை குறித்தும் தனது கருணாமிர்த சாகர நூலில் கீழ்க்கண்டவாறு குறிப்பிட்டுள்ளார்:

''இதோடு தமிழ் மக்களின் ஜீவியத்திலும் தொழிலிலும் கல்வியிலும் கவனிப்போமானால் சங்கீதமே விசேஷித்து வழங்கி வருகிறதென்று நாம் அறிவோம். பொதுவாக உலகத்தவர் எந்தெந்த விஷயங்களில் சங்கீதத்தை உபயோகப்படுத்தியிருக்கிறார்களோ, அவற்றைப் பார்க்கிலும் தமிழ் மக்கள் சங்கீதத்தை மிகுதியாக

உபயோகித்திருக்கிறார்கள் என்று நான் சொல்வது மற்றவருக்கு மிகுந்த வியப்பைத் தரும்.

வான சாஸ்திரமும் அதைச் சேர்ந்த கணிதங்களும் பாட்டு; சோதிட சாஸ்திரமும், அதைச் சேர்ந்த பலாபலன்களும் பாட்டு; கணிதமும், கணிதத்தைச் சேர்ந்த நுட்பங்களும் பாட்டு; வைத்திய சாஸ்திரமும் அதைச் சேர்ந்த மூலிகைக் குணங்களும், ரசாயன சாஸ்திரமும் பாட்டு; அங்கக் கூறுபாடுகளும் அவற்றின் குண தோஷங்களும் பாட்டு; கற்ப சாஸ்திரமும், யோக சாஸ்திரமும், ஞான சாஸ்திரமும் பாட்டு; மந்திரமும் பாட்டு; மறையும் பாட்டு; இவை யாவற்றையும் குறித்துச் சொல்லும் இலக்கண நூல்களும் பாட்டு; தமிழ் பாஷையின் வார்த்தைகளுக்கு அர்த்தம் சொல்லும் அகராதியும் பாட்டு: ஒருவருக்கொருவர் எழுதிக் கொள்ளும் திருமுகமும் பாட்டு: சீட்டுக் கவியும் பாட்டு.

பண்ணோடு சொல்லப்படாத செய்யுளும், செய்யுள் இல்லாத நூலும் தமிழ்நாட்டில் இல்லவே இல்லை. தமிழர்களுக்கு செய்யுள் நடையைத் தவிர யாவருக்கும் சுலபமான வசன நடை எழுத்து தெரியாது என்று மற்றவர் சொல்வதினாலும் பக்திக்குரிய நூல்களும் மற்றும் கலைக்குரிய நூல்களும் முழுதும் செய்யுளாயிருப்பதி னாலும் செய்யுள் நடை தமிழர்களுக்கு எவ்வளவு காலமாய் இருந்த தென்று தெளிவாகத் தெரிகிறது. செய்யுள் யாவும் பண்களுக்கேற்ற விதமாய் தாள அமைப்புடன், எதுகை மோனையுடன் அமைக்கப் பட்டிருக்கின்றன. சில அரிய தாளப் பிரஸ்தாரங்களின் அமைப்பு சந்தக் குறிப்பாகத் தமிழில் வருகிறது என்று திருப்புகழ் பார்த்தி ருக்கும் தமிழ் மக்கள் அறிவார்கள். அதோடு தூங்கலோசை, துள்ளல் ஓசை, அகவல் ஓசை, செப்பல் ஓசை முதலிய ஓசைகள் பாவினங் களில் வருவதற்கும், தத்தச் சந்தம், தந்தச் சந்தம், தன்னச் சந்தம், தையச் சந்தம் முதலிய சந்தங்கள், வர்ணங்களின் சந்தக் குறிப்பு கெடாமல் வர வேண்டுமென்ற விதிகளும் சொல்லி இருக்கிறார்கள். இதனால் தமிழ் பாஷையின் உயர்ந்த நடையும், தாள அமைப்பும், பண்களோடு சொல்லும் இணைப்பும் மிகத் தேர்ந்தனவென்றும் நாளது வரையும் அனுபோகத்தில் நிலைத்திருக்கின்றன என்றும் நாம் அறிவோம்.

இதோடு கோயில் உற்சவங்களிலும், காலை மாலை ஆராதனைகளிலும், உற்சவத்தைச் சேர்ந்த நாடகங்களிலும், ராஜ அரண்மனைகளிலும் சங்கீதம் மிகுந்து வழங்கி வருகிறதென்றும் இது தென்தமிழ் நாட்டில் விசேஷித்திருக்கிறதென்றும், தென் தமிழ் நாட்டிற்கே சிறந்ததாய் இருக்கிறதென்றும் நாம் அறிவோம்.

ஒரு பிள்ளைக்குத் தொட்டிலாட்டும் காலத்தும், சோபான காலத்தும், கலியாண காலத்தும் பாட்டுப் பாடியே தீர வேண்டும். அவன் உணவுக்காக நெல் நாற்று விடும் பொழுதும், நெல் நாற்று நடும் பொழுதும், அரிகட்டும் பொழுதும், பொலி தூற்றும் பொழுதும், பொலி அளக்கும் பொழுதும், நெல் குற்றும் பொழுதும் பாட்டு.

உடுத்தும் வஸ்திரத்திற்காகப் பருத்தி பொறுக்கும் பொழுதும், பஞ்சு தெளிக்கும் பொழுதும், நூல் நூற்கும் பொழுதும், பாவோடும் பொழுதும், உண்டை சேர்க்கும் பொழுதும், துணி நெய்யும் பொழுதும் பாட்டு.

அன்னத்திற்காக யாசிக்கும் ஒரு பிச்சைக்காரனும், வீடு வீடாய் தானியம் வாங்கும் ஒரு பண்டாரமும், அன்னக் காவடி தூக்கும் பரதேசியும், காவடி தூக்கும் நேர்ச்சிக்காரனும், அங்கப் பிரதக்ஷணம் உருளும் யாத்திரைக்காரனும், பக்திக்குரிய பாடல் களையும் எக்காலக் கண்ணி, பராபரக் கண்ணி, உடற்கூறு, பாம்பாட்டி சித்தர் பாடல், அழுகணி சித்தர் பாடல், கிளிக் கண்ணி, பல்லிக் காதல், நெஞ்சறி விளக்கம், பட்டணத்துப் பிள்ளையார் பாடல், தாயுமான சுவாமி பாடல் முதலிய மெய்யறிவுறுத்தும் பண்கள் பாடுவதை நம்மில் அநேகர் கேட்டிருப்போம்; கேட்டுக் கொண்டுமிருக்கிறோம்.

யாசகத்தாலேயே ஜீவனம் பண்ணும் சில வகுப்பார் நல்ல தங்கைக் கதை, பவளக் கொடி மாலை, அல்லி அரசாணி மாலை போன்ற ஸ்திரீகளுக்கு அனுபோகம் கூறும் சிறு கதைகளைப் பாடலாகப் பாடுவதையும், பச்சை குத்துகிற குறத்திகளும், அம்மி பொழிகிற ஒட்டர்களும் பாடுவதையும் நாம் அடிக்கடி கேட் கிறோம். சிறுத்தொண்ட நாடகம், அரிச்சந்திர நாடகம், குறவஞ்சி

நாடகம், இராம நாடகம், மார்க்கண்ட நாடகம், முக்கூடற் பள்ளு முதலிய நாடகங்களும், வில்லடிப் பாட்டு, குரவைக் கூத்து, ஒயில் கும்மி, குளியலடிப் பாட்டு, ஊஞ்சல் பாட்டு, கப்பல் பாட்டு முதலிய பாட்டுகளும், வருஷா வருஷம் கிராம தேவதைகளுக்கு உற்சவம் நடக்கும் காலங்களில் பாடப்படுவதையும் நாளது வரையும் கேட்டிருக்கிறோம். தோட்டங்களுக்குத் தண்ணீர் இறைக்கும் பொழுது ஏத்தப் பாட்டு பாடுவதையும், மாவு அறைக்கும் பொழுது பாடும் பாட்டையும், பால் கறக்கும் பொழுது பாடும் பாட்டையும், சாந்து இடிக்கும் பொழுது பாடும் பாட்டையும் நாம் அடிக்கடி கேட்கிறோம்.''

சைவ சமய நாயன்மார்களில் ஒருவரான அருள் மணிவாசகர் தமது 'திருவாசகம்' என்ற பக்திப் பனுவலில் பண்டிதர் காட்டியுள்ள அனேக நாட்டார் பாடல்களை, பண்டிதர் காலத்திற்கு ஆயிரம் ஆண்டுகளுக்கு முன்பே பாடிப் பதிவு செய்திருக்கிறார். அதன் தொடர்ச்சியைப் பண்டிதர் கூறுகிறார். தமிழ்க் கவிதை வானில் ஒப்பற்ற தாரகையாய் மின்னும் மகாகவி பாரதியார் கூறுவதைப் பார்ப்போம்:

''இங்குள்ள ஜந்துக்களிலே மனிதருக்கும் பறவைகளுக்குந் தான் பாடத் தெரியும். மற்ற மிருகங்களுக்குப் பாட்டு வராது. பறவைகள் வானத்திலே பறக்கும் வழக்கமிருப்பதால், அவற்றின் மனநிலை ஸங்கீதத்திற்கு இசைகின்றது போலும்! மனிதன் உடம்பினாலேயே பறக்காவிட்டாலும், உள்ளத்தைத் திசை வெளியிலே பறக்கும்படி செய்கிறான். அப்போது இயற்கையிலேயே பாட்டு தோன்றுகிறது... ஆனாலும், ஆனாலும், ஆனாலும் தமிழ்நாட்டு ஸ்திரீகளின் ஸங்கீதத்தை நாம் புகழாதிருக்கலாகாது... பழைய காலத்துப் பாட்டுக்களிலேயே சொல் நயம் அதிகம் இருக்கிறது... கும்மிப் பாட்டு, பல்லிப் பாட்டு, கிளிப் பாட்டு, நலங்குப் பாட்டு, பள்ளியறைப் பாட்டு, அம்மானைப் பாட்டு, தாலாட்டுப் பாட்டு முதலிய பெண்களுடைய பாட்டெல்லாம் மிகவும் இன்பமான வர்ண மெட்டு. தமிழர்களின் தாய், அக்காள், தங்கை, காதலி முதலிய இவர்கள் பாடும் பாட்டு மறக்கக் கூடிய இன்பமா? ஞாபகம் இல்லையா? தமிழ்ப் பெண்களின் பாட்டைக் கையெடுத்து வணங்குகிறோம்...

...திருஷ்டாந்தமாக, திருவாசகத்திலே பின்வரும் வகைகளைக் காணலாம்.

1. எம்பாவை (பெண்கள் நீராடப் போவது).
2. அம்மானைப் பாட்டு.
3. தும்பி, குயில், கிளி முதலிய தாதுப் பாட்டுகள்.
4. தெள்ளேணம் (நடுவே ஒரு பெரிய முரசை வைத்துக் கொண்டு, பெண்கள் சுற்றியிருந்து இரண்டு கைகளிலும் கோல் கொண்டு கொட்டி அந்தத் தாளத்திற்கு இசையப் பாடுதல்).
5. சுண்ணம் இடித்தல். சுண்ணமென்பது கந்தப் பொடி.
6. சாழல்.
7. உந்தீ (இவ்விரண்டும் பெண்களுடைய விளையாட்டு என்று தெளிவாகிறது. ஆனால், விளையாட்டின் விவரங்கள் தெரியவில்லை).
8. பூவல்லி (பெண்கள் பூக்கொய்யும் போது பாடுவது).
9. தோணோக்கம் (பெண்கள் தோள் கோத்துப் பாடிக் குதிப்பது).
10. ஊசல் (இதை இக்காலத்தில் 'ஊஞ்சற்பாட்டு' என்கிறோம்).
11. காலைத் துயில் எழுப்பும் பாட்டு.

இங்ஙனம் தாலாட்டு, அம்புலி, செங்கீரை, சப்பாணி முதலிய வேறு பல வகைகளுமிருக்கின்றன. 'பிள்ளைத் தமிழ்' என்ற நூல் வகுப்பைக் காண்க. இவற்றிலே தாலாட்டு, ஊஞ்சல், அம்மானை, பள்ளியெழுச்சி என்ற நான்கு வகையும் வெவ்வேறு சந்தங்களுடன் இக்காலத்தில் நமது பெண்களுக்குள் வழங்கி வருதல் காண்கிறோம்.

நமது மாதர் பாட்டுக்களின் இன்பம் பின்வருமாறு:

1. கல்யாணப் பாட்டு: நலங்கு, பத்யம், ஊஞ்சல், ஓடம் முதலியன.
2. கும்மிப் பாட்டு, குதித்துப் பாடுகின்ற பாட்டுக்கள்: இவ்வகுப்பில் கிளிப் பாட்டு, பல்லிப் பாட்டு முதலியனவும் அடங்கும்.

பண்டிதரின் இசை ஆய்வு / 47

3. அம்மானை, தூது, மாலை, சோபனம் முதலிய நீண்ட கதைப் பாட்டுக்கள்.

4. பொதுத் தாலாட்டு, விளையாட்டுப் பாட்டுக்கள், ஜாவளிகள், கீர்த்தனைகள் முதலியன.

மேலும் பண்ணைகளில் வேலை செய்யும் பெண்கள், நெல் குத்துவோர், சுண்ணாம்பு இடிப்போர், குறிகாரி, தொம்பச்சி முதலிய வகுப்பினர் தமக்கென்று தனியாக மெட்டுகள் வைத்துக் கொண்டிருக்கிறார்கள். மேற்கூறப்பட்ட பாட்டுகளில் மிக இன்பமான சந்தங்கள் பல இருக்கின்றன. இவை கால வெள்ளத்தில் மறைந்து போகுமுன்பாக ஸங்கீத வித்வான்கள் பொறுக்கியெடுத்து ஸ்வர நிச்சயம் செய்து வித்தைப் பழக்கத்திலே சேர்த்துவிட வேண்டும்....''

நாம் மீண்டும் நமது பண்டிதர் கூறும் செய்திகளுக்கு வருவோம்.

''அமுதினும் இனிய தமிழ் மொழி தனித்து வழங்கிய தமிழ் நாட்டில் இயல், இசை, நாடகமென்னும் முத்தமிழும் மிகுந்த தேர்ச்சி பெற்று அதற்கேற்ற நூல்களும் எழுதப்பட்டு, சங்கங்கள் ஸ்தாபிக்கப்பட்டு மிகுந்த ஊக்கத்துடன் நடந்து வந்திருக்கின்ற தென்றும், தமிழ் மொழிக்குரிய சகல கலைகளும், அவற்றிற்குரிய விதி வகைகளும் தமிழில் மிகுந்து வழங்கி வந்தன என்றும், அவைகள் யாவும் யாப்பிலக்கண விதிகளையுடைய பாவினங்களாக இராக அமைப்புடனும், தாளப் பிரமாணத்துடனும் எழுதப்பட்டிருக் கின்றனவென்றும், அப்படி எழுதப்பட்ட செய்யுள் யாவும் பண்ணோடு சொல்லுவதற்கு ஏற்றவையாய்ச் செய்யப்பட்டு அப்படியே தமிழ்நாட்டில் சொல்லப்பட்டு வந்தனவென்றும் இப்போதும் தமிழ்நாட்டில் அனுபோகத்தில் இருக்கின்றன என்றும் நாம் பார்த்தோம்.

எடுத்ததெல்லாம் சங்கீதமாய் வழங்கிய தமிழ்நாட்டில் மிக நுட்பமான சுருதிகளுடன் கானம் செய்யப்பட்டு வந்த பணிகள் ஓது முறைக்குரிய விதிவகைகளும் ராகங்கள் உண்டாக்கும் சிறந்த முறையும், சுருதிகளைப் பற்றிய திட்டமும் சொல்லக் கூடிய நூல்கள் அருகிப் போனதினால் பூர்வப் பணிகளில் வழங்கி வரும்

சுரம், சுருதிகள் இன்னவையென்று சொல்ல இயலாத நிலையிலிருக் கிறோம்.''

தமிழ் இசையானது இடைக் காலத்தில் சமஸ்கிருத மயமானதைப் பற்றி பண்டிதர் கூறுவதைப் பார்ப்போம்:

''தமிழில் வழங்கும் இசைத் தமிழாகிய சங்கீதத்திற்கு ஏற்பட்டிருக்கும் நாலு பாவினங்களையும், அவைகளின் பல பிரிவுகளையும் சந்தக் குழியடிகளையும், தாள அமைப்புக்களையும், நாலு பாலைகளையும் அவைகளில் நாலு யாழ்களையும் அவற்றின் நாலு ஜாதிகளையும், இனிமையாகப் பாடப்பட்டு வந்த 12,000★ ஆதி இராகங்களையும் நாம் கவனிப்போமானால், தமிழ் பாஷையைத் தவிர வேறு எந்தப் பாஷையிலும் இம்முறைகளில்லை என்றே துணிந்து சொல்வோம்.

தமிழ் மக்கள் தேவாரம், திருவாசகம், திருவாய்மொழி, திருப்புகழ், கீர்த்தனம், பதம் முதலியவற்றை இனிமையான தமிழ்ச் சந்தத்தில் சொல்வதைக் கேட்டு, மற்றவர்கள் தங்கள் பாஷைகளில் இத்தகைய சந்தங்கள் இல்லாமையை அறிந்து, இவற்றில் கீர்த்தனம் முதலியவைகளைத் தங்கள் பாஷைகளில் இப்போதுதான் செய்து கொண்டு வருகிறார்கள் என்பதை மறந்து போகக் கூடாது.

தஞ்சை நகர்க்குச் சமீபத்திலுள்ள திருவையாற்றில் சமஸ்கிருத காலேஜில் Senior Professor ஆக இருக்கும் மகா-ள-ள-ஸ்ரீ நாராயண சாஸ்திரிகள் தமிழ் மக்கள் தற்காலம் வழங்கி வருகிற சந்த முறைப்படி அநேக பாடல்களைச் சமஸ்கிருதத்தில் புதிதாகச் செய்து சொல்ல நாம் கேட்டிருக்கிறோம்.

★ சிலப்பதிகார அரங்கேற்று காதை உரையில், ''இசை என்றது - நரப்படைவால் உரைக்கப்பட்ட பதினோராயிரத்துத் தொள்ளா யிரத்துத் தொண்ணூற்று ஒன்றாகிய ஆதி இசைகளும்'' என்று கூறப்பட்டுள்ளது (நரப்படைவு = சுர நிரல்).

மதுரை எம்.கே.எம். பொன்னுசாமிப் பிள்ளை தமது ஒப்பற்ற இசை ஆய்வு நூலான 'பூர்வீக சங்கீத உண்மை' என்ற நூலில் மேற்கண்ட 11,991 ஆதி இசைகளுக்கும் சுர நிரல்கள் (ஆரோகண அவரோகணம்) தந்துள்ளார்.

இப்படித் தமிழ்நாட்டின் பல சந்தங்களிலும் அநேக கனவான் களால் செய்யப்பட்டவை 40, 50 வருடமானால் **இவை சமஸ்கிரு தத்திலேயே முதலில் இருந்தவை என்ற சொல்லுக்கு வந்து விடும். இதனால் முன் உண்மை மறந்து மயங்க நேரிடும். இவ்விதமாகத் தமிழ் மக்களுக்குரிய பல அரிய விஷயங்கள் மாற்றப்பட்டுப் போயின.''**

எனவே பண்டிதர் பண்டைய தமிழ் இசை இலக்கணத்தை மீள் உருவாக்கம் செய்ய முனைந்தார். இசையின் அடிப்படை அலகான 'சுருதி' பற்றித் தன் ஆய்வில் பெரும் பகுதியைச் செலவிட் டுள்ளார்.

'கருணாமிர்த சாகரம்' என்ற தனது நூல் பற்றித் தன்னிலை விளக்கமாகப் பண்டிதர் கூறுவது:

"சுருதிகளைப் பற்றிச் சொல்லும் இம்முதல் புத்தகத்திற்கு 'கருணானந்தர் பொற்கடகம்' என்று பெயர் வழங்கும்'' என்றே அவர் குறிப்பிடுகின்றார். இந்த நூலை ஆங்கிலத்திலும் பண்டிதர் வெளிக் கொண்டு வந்துள்ளார். அந்நூலுக்கு 'A Book on Srutis' என்றே பெயர் வைத்திருக்கிறார்.

தனது நூலின் இரண்டாவது பாகத்தில் முழுக்க முழுக்க சுருதி பற்றிய ஆய்வு முடிவுகளையே எழுதியுள்ளார். இதே போல் மூன்றாவது, நான்காவது பாகங்களிலும் சுருதி பற்றிய ஆய்வுகள் மிகுந்துள்ளன.

மூன்றாம் பாகத்தில் பண்டிதர் குறிப்பிடுவது:

"நம் முன்னோர்களின் உயர்வையும், இசைத் தமிழின் நுட்பத்தையும் அறிகிறதற்கு அது அனுகூலமாயிருக்குமென்றே நான்காவது பாகத்தில் கர்நாடக சங்கீதம் என்று அழைக்கப்படும் இசைத் தமிழில் வழங்கி வரும் சுருதிகளின் கணக்கு என்ற தலைப்பின் கீழ் எழுதியிருக்கிறேன்.''

ஏழு சுரங்கள், பன்னிரண்டு தான சுரங்கள், பொருந்து சுரங்கள், இசை இயக்கம் என்ற ஸ்தாயி, பண்கள், இசையின் நுட்பச் சுரங்கள், இசை எழால்கள் என்ற கமகங்கள், இசை வருமுறையான வட்டப் பாலைகள், பண் உருவாகும் முறையான இராக ஸ்புட

முறை என இசையின் பல்வேறு பரிமாணங்களையும் தம் ஆய்வுக்கு உட்படுத்தியிருக்கின்றார்.

இசை ஆய்வுக்குப் பண்டிதர் எடுத்துக் கொண்ட நூல்களின் ஒரு பட்டியலையே இசை ஆய்வுப் பேரறிஞர் திரு. வீ.ப.கா. சுந்தரம் தனது இசைக்கான கலைக் களஞ்சியத்தில் தந்திருக்கிறார்:

1. வேங்கிட மகிக்கு முன்னர் எழுதிய இசைக் குறிப்புகள், 2. சதுர்த்தண்டிப் பிரகாசிகை, 3. சங்கீத பாரிசாதம், 4. சுர மேள கலாநிதி, 5. சங்கீத இரத்னாகரம், 6. சட்ராக சந்த்ரோதயம், 7. இராக விபோதம், 8. சின்னச்சாமி முதலியார் எழுதிய 'கீழை நாட்டு இசை', 9. வியாசர் கடகம், 10. திவாகரம், 11. பிங்கலம், 12. பரிபாடல், 13. தென்னிந்திய அலகு முறை (கைப்படிவம்), 14-17. நால்வர் தேவாரப் பாடல்கள், 18. சீவகசிந்தாமணி, 19. கலித்தொகை, 20. கல்வெட்டுகள், 21. தண்டியலங்காரம் முதலியன (இந்நூல்களில் சில தற்போது கிடைக்கவில்லை).

திரு. வீ.ப.கா. சுந்தரம் மேலும் கூறுவது:

''மேற்கண்ட வடமொழியில் எழுதப்பட்ட பல நூல்களைத் தென்னக இசைக்கு மூல நூலாக மு. ஆபிரகாம் பண்டிதர் கொள்ளவில்லை. சிலப்பதிகாரம், அதன் இரு பெரும் உரைகள், பன்னிரு திருமுறை, நாலாயிர திவ்யபிரபந்தம் முதலியவற்றில் காணப்படும் இசைச் செய்திகளையும் பத்துப் பாட்டு, எட்டுத் தொகை தரும் இசைச் செய்திகளையும் தென்னக இசைக்கு மூலமாகக் கொண்டு நெடுக விளக்கியுள்ளார்.''

இப்பெருமகனாரின் இசைப் பணியைப் போற்று முகத்தான் திரு வீ.ப.கா. சுந்தரம் பண்டிதரின் பணிகள் பற்றிய குறிப்புக்களைப் பட்டியலிட்டுள்ளார்.

1. தமிழக முழுமைக்கும் உதவிய நற்பெரும் மருத்துவர்.
2. கடல் போன்ற 'கருணாமிர்த சாகரம்' எனும் இசை நூல் இயற்றியவர்.
3. வீணை வித்தகர்.
4. கற்றறிஞர் போற்றிய இசை ஆராய்ச்சி அன்பர்.

5. பெரும் புலவர்களைப் புரந்து பேணிய வள்ளல்.
6. இசை மாநாடுகள் இனிது நடத்தியவர்.
7. பரோடா, 'இந்திய இசை மாநாட்டில்' 24 சுருதி பற்றி சொற்பெருக்கு ஆற்றிய ஆய்வாளர்.
8. சுருளி மலைத் துறவியார் கருணானந்தர்பால் அரிய மருந்து முறைகளைக் கற்றுக் கொண்ட அறிஞர்.
9. சிலப்பதிகார இசை நுணுக்கங்களையும், சங்க இலக்கிய இசை இயல்புகளையும் முதல் முதல் ஆய்ந்து பிற ஆய்வாளர்க்கு வழி காட்டியாய் நின்று நிலவுபவர்.
10. மேலை நாட்டார்க்குத் தென்னக இசை பற்றிய கட்டுரைகள் எழுதியும், கருணாமிர்த சாகரத்தை ஆங்கிலத்தில் எழுதியும், ஐரோப்பிய இசை இயலையும் தமிழ் இசை இயலையும் ஒப்பீடு செய்தும் கட்டுரைத்தவர்.
11. பழம் இசை நூல்களைத் திரட்டி அச்சிட்டு அளித்து மறைந்து போகாமல் போற்றிக் காத்த இசைப் புலவர்.
12. அவர்தம் ஆராய்ச்சியில் அவர் காண முடியாமல் திகைத்த இடங்களும் உண்டு.
13. இருபத்திரண்டு சுருதிக் கணக்கு முறையில் குறைபாடுகள் என்றும், இருபத்தி நான்கு சுருதிக் கணக்கு முறையே ஏற்றற்குரியது என்றும் தம் நூல் நெடுக விளக்கியுள்ளார்.

திரு.வீ.ப.கா. சுந்தரம் தமது 'தமிழிசைக் கலைக் களஞ்சியம்' முதலாவது தொகுதியில் ஏழு பக்க அளவில் பண்டிதர் குறித்து ஒரு சிறப்பான கட்டுரையை வரைந்துள்ளார். நமது பண்டிதர், தமிழிசை வளரக் காட்டும் வழிகளைத் தெரிவித்துள்ளது குறித்து குறிப்புகள் தந்துள்ளார்.

1. பண்களுக்குரிய சுரங்களை அவற்றின் வகையைக் குறிக்காமல் எழுதி வருவது கூடாது (கருணாமிர்த சாகரம் பக். 908) என்று கூறி சுரம் எழுதும் புது முறையை வற்புறுத்தியுள்ளார்.

2. ‘மேலும் சுரக் குறிப்புகளைத் தொடர்ந்து வசனம் போல் எழுதி வருகிறார்கள். இது நீக்கற்குரியது’ (பக்.908) என்று கூறி காலக் கணக்குடன் சுரம் எழுதுமுறை வளர வழிகாட்டிப் பரப்பினார்.

3. ‘தாளத்தின் பெயரை மட்டும் எழுதுகிறார்கள். அதோடு தாள அங்கங்களையும் எழுதுவது பெரிதும் உதவும்’ என்று கூறித் தாளக் குறியீட்டு முறையைப் புகுத்தியுள்ளார்.

4. ‘சங்கீதத்தைச் சுர எழுத்துக்களினால் குறிப்பது சுலபமாயிராது. பல்வேறு நாட்டினரும் தெரிந்து கொள்ளக் கூடிய சித்திர எழுத்தால் :. ச்டாப் நொடேசன் (Staff Notation) எழுதுதல் நல்லது; பல நாட்டவர்க்கும் பயன்படும்’ என்கிறார்.

தமிழிசையை எழுதுவதற்கு மேலை நாட்டிசை எழுது முறைகளைப் பின்பற்ற வேண்டும் என்று வற்புறுத்தினார்; தாமே எழுதிக் காட்டினார் (பக். 909). இவ்வாறு தமிழிசை எழுதுமுறை வளர்ந்து வரத் தக்க வழிகளைக் காட்டியுள்ளார்.

பண்டிதரின் இசை மாநாடுகள்

சங்கீத வித்யா மகாஜன சங்கம்

இசை ஆராய்ச்சிக்காகவென்றே ஒரு சங்கத்தை உருவாக்கிய பெருமை கொண்டவர் நமது பண்டிதர். அதுவும் தமது சொந்தச் செலவிலேயே இசை மாநாடுகளை நடத்துவதற்காகவே இச்சங்கம் உருவாக்கப்பட்டது. அது குறித்து தமது நூலில் பண்டிதர் கூறுவது:

''இசையில் ராகங்களை உருவாக்குவதற்கும், சீவசுரம் கண்டு பிடிப்பதற்கும், இராகங்களின் வடிவத்தைத் துல்லியமாகக் காட்டும் நுட்பச் சுருதிகளை அறிவதற்குமான பொது விதி ஒன்று இருந்திருக்க வேண்டும்.'' பண்டிதர் இவற்றைக் கண்டுபிடிக்கவே இச்சங்கத்தை உருவாக்குகிறார். இது பற்றி பண்டிதர் குறிப்பிடுவது;

''இம்முறைகளைக் கண்ட நான், சுர ஞானமுள்ள சங்கீத வித்வான்கள் முன்னிலையில் பிரஸ்தாபப்படுத்தி, விருத்தி செய்ய வேண்டுமென்றும் எண்ணமுள்ளவனாய், சங்கீத வித்யா மகாஜன சங்கம் என்ற ஒரு சபையை, 1212 *ஹு மே மீ* 27*உ யில் ஸ்தாபித்து நடத்த நேரிட்டது.''*

மேலும் இச்சங்கத்தின் நோக்கம் பற்றி பண்டிதர் கூறுவது: ''பூர்வ காலத்தில் படிக்கப்பட்டு வந்த ராகங்கள் அப்படியே நாளது வரையும் பேணப்பட்டு வருகின்றன. ஆனால், அவைகளின் பெயர்கள் அந்நிய பாஷைகளில் மாற்றப்பட்டும் அக்காலத்தில் வழங்கிய வண்ண மெட்டுகளுக்கு வேறு பாஷைகளில் சாகித்தி யங்கள் போட்டும் வழங்கி வருகிறதென்று நாம் மறந்து போகக் கூடாது... சுரம், சுருதி, இராகம் முதலியவைகளைப் பற்றி நெடுநாள் விசாரித்து வந்த எனக்கு இவற்றை வித்துவ ஜன சமூகத்தில் விசாரித்து ஒரு முடிவு செய்வது நல்லதென்று தோன்றிற்று. இது காரணத்தினாலேயே சங்கீத வித்யா மகாஜன சங்கம் என்று ஒரு சபை கூட்டும்படி நேரிட்டது.''

இச்சங்கத்தில் ஆராய்ச்சி செய்ய 10 கேள்விகளைக் கேட்டு ஒரு கட்டுரையை எழுதுகிறார். தனது கருணாமிர்த சாகரத்தில் (பக். 236 - 239) இதைப் பண்டிதர் தெரிவிக்கின்றார். ''மேற்கண்ட சில சந்தேக வினாக்களுக்கு ஒருவரும் எவ்விதமான பதிலும் நாளது வரை எழுதவில்லை'' என்று கட்டுரையின் பலாபலன் பற்றி இறுதியில் குறிப்பிட்டுள்ளார்.

தனது நூலில் பக். 250 முதல் 280 வரை சங்கீத வித்யா மகா ஜன சங்கம் நடத்திய மாநாடுகளையும், ஆய்வுகளையும் பற்றி விரிவாகவே பண்டிதர் குறிப்பிட்டுள்ளார். ஒரு இசை ஆய்வுக்கான ஒரு சங்கம் எவ்வாறு நடத்தப்பட வேண்டும் என்பதற்கு பண்டிதரின் குறிப்புகள் முக்கியமானவை.

இச்சங்கத்தின் நோக்கம் பற்றிக் கூறுகிறார்:

1. தென்னிந்திய சங்கீதத்தின் விருத்திக்கானவைகளை விசாரித்து முன்னுக்குக் கொண்டு வருவதும் அவற்றை எல்லோரும் அறிய பிரசுரப்படுத்துவதும்.

2. தென்னிந்திய சங்கீதத்தையும் அன் ஆதாரக் கிரமங்களையும் முறைப்படிக் கற்க வித்தியாசாலை ஏற்படுத்துவது.

3. அதில் கற்கும் மாணவரையும் பரீட்சிக்கப்பட விரும்பும் மற்றவரையும் பரீட்சித்து யோக்கியதா பத்திரம் கொடுப்பது.

4. கர்நாடக சங்கீதத்திற்கு உதவியான நூல்கள், அச்சிடப்படா திருக்கும் கீர்த்தனைகள் முதலியவைகளைத் தேடி அச்சிடுவது.

5. கதைகள் செய்வதிலும், பாடுவதிலும் முக்கிய தேர்ச்சி பெறும்படி ஒழுங்குபடுத்துவது.

6. கர்நாடக சங்கீதத்திலுள்ள சில முக்கிய விஷயங்களைப் பற்றிய கேள்விகளுக்கு ஆலோசனை செய்து சந்தேகம் தீர்ப்பது.

7. கர்நாடக இராகங்களில் வரும் சில தவறுதல்களை நீக்கி சுத்தப்படுத்துவது.

8. சிறந்த வித்துவ சிரோமணிகளுக்கு மெடல், பட்டப் பெயர் முதலியவை கொடுப்பது.

9. கர்நாடக சங்கீத சம்பந்தமான நூதன புத்தகங்கள், பத்திரிகைகள், அபிப்பிராயங்கள், கீர்த்தனைகள் முதலிய உருப்படிகளை அரங்கேற்றுவதும், கர்நாடக இராகங்களையும் பண்களையும் பாடக் கூடிய வித்துவ சிரோமணிகளைக் கொண்டு பாடிக் காட்டுவதும்.

சங்கத்தின் தலைவர்கள், காரியதரிசிகள், உறுப்பினர் குறித்து ஒரு பட்டியல் தந்துள்ளார். சங்கம் நடத்திய மாநாட்டின் தலைவர், கலந்து கொண்டோர், ஆதரிப்பவர்கள் பற்றி பிரிவாகவே பண்டிதர் குறிப்பிடுகின்றார். இதில் கலந்து கொண்ட தமது துணைவியார் மற்றும் மகன்கள் பற்றி கீழ்க்கண்டவாறு பண்டிதர் குறிப்பிடு கின்றார்:

வீணை பாக்கியம் அம்மாள் (Mrs. Abraham Pandithar).

வீணை அன்னபூரணி அம்மாள் (Mrs. Gnanasigamony).

பிடில் மரகதவல்லி (Miss. Abraham Pandithar).

பிடில் கனகவல்லி (Miss. Abraham Pandithar).

சங்கத்தில் கட்டுரை வாசித்த 25 பேர்களுடைய பெயர்களும் அவர்கள் வாசித்த கட்டுரைத் தலைப்புகளும் தந்துள்ளார். சங்கத்தை ஆதரிப்போர் 428 பேர்களுடைய பெயர்களையும் பண்டிதர் குறிப்பிட்டிருக்கிறார். சங்கத்தைப் பற்றி சிலர் சொல்லும் கருத்துகள் பற்றியும், கலந்து கொண்டவர்களின் தொகுப்பு புகைப்படங் களையும் தமது நூலில் பண்டிதர் பதிவு செய்திருக்கிறார்.

பரோடா இசை மாநாடு

இம்மாநாடு பற்றி தமது கருணாமிர்த சாகர நூலின் முகவுரையில் பண்டிதர் குறிப்பிடுகின்றார்:

"சுருதி விஷயமாய் நான் எழுதி வந்த இப்புத்தகம் முடிகிற சமயத்தில், His Highness Galkwar மகாராஜா நடத்திய ஆல்

இந்தியா மியூஸிக் கான்பரென்ஸுக்கு வரும்படி, பரோடா திவான் சாகிப் மா-ா-ா-ஸ்ரீ V.P. மாதவராவ் அவர்கள் C.I.E. விரும்பிக் கேட்டுக் கொண்டதினால், அங்கே போய்ச் சங்கீத ரத்னாகரரின் 22 சுருதி முறைகளையும், தற்காலம் கர்நாடகத்தில் வழங்கி வரும் சுருதி முறையையும் விஸ்தரித்து ருசுப்படுத்திக் காட்டிக் கர்நாடக சங்கீதத்தில் வழங்கி வரும் சுருதிகளை யாவரும் எவ்வித ஆட்சேபணையுமின்றி ஒப்புக் கொள்ளும்படிச் செய்தேன். அங்கு நடந்தவைகளைப் பற்றிப் பேப்பர்கள் சொல்லிய அபிப்ராயங் களையும் தனித்து எழுதிய அபிப்ராயங்களையும், விரோதமாய் எழுதியவர்களின் அபிப்ராயங்களையும், அவற்றிற்கு என்னால் எழுதப்பட்ட மறுப்பையும் 'கர்நாடக சங்கீதத்தில் வழங்கி வரும் சுருதிகளும் பரோடா கான்பரென்ஸும்' என்ற தலைப்பின் கீழ் 995ஆம் பக்கம் முதல் 1139ம் பக்கம் வரை எழுதியிருக்கிறேன்.''

114 பக்கங்களில் அகில இந்திய அளவில் நடந்த ஒரு இசை மாநாட்டைப் பற்றி பண்டிதர் எழுதியுள்ளது மிகச் சிறந்த வரலாற்று ஆவணமாகியுள்ளது.

தமிழகத்தின் வீணை தனம்மாள் இந்த இசை மாநாட்டில் கலந்து கொண்டிருக்கிறார்.

இந்துத்தானி இசையியலின் பிதாமகர் என்று போற்றப்படும் வி.என். பத்கண்டே இம்மாநாட்டில் பங்கேற்றிருக்கிறார். அவர் மாநாட்டில் தெரிவித்த சிறப்பான ஒரு வேண்டுகோள் குறித்து பண்டிதர் குறிப்பிட்டுள்ளார்:

''1916ஆம் வருடம் மார்ச் மாதம் 20ஆம் தேதியில் மாட்சிமை தங்கிய பரோடா மகாராஜா அவர்களால் கூட்டப்பட்ட All India Music Conferenceல் பல வித்துவான்களால் பல வியாசங்களும் படிக்கப்பட்டதோடு பல திருஷ்டாந்தங்களும் பாடிக் காட்டப் பட்டுத் தர்க்கம் செய்யப்பட்டது.

அதில் வட தேசத்தில் வழங்கும் இந்துஸ்தானி கீதத்திற்கு Staff Notationஐக் குறித்துச் சங்கீதத்ததைக் கற்க விரும்பும் மாணாக்கர்களுக்கு ஆரம்ப பாடமாக ஒரு சுலபமான முறை

பண்டிதரின் இசை மாநாடுகள் / 57

ஏற்படுத்த வேண்டும் என்று Mr. V.N. Bhatkhande அவர்களால் ஒரு அபிப்ராயம் கொண்டு வரப்பட்டது.''

நூலின் 993ஆம் பக்கத்தில் பரோடா இசை மாநாட்டில் கலந்து கொண்டவர்களின் புகைப்படத்தையும், 994ஆம் பக்கத்தில் அவர்களின் பெயர்களையும் தந்திருக்கின்றார்.

1916 மார்ச் 20 முதல் 24 வரை ஐந்து நாட்களின் நிகழ்ச்சி நிரல் பண்டிதரால் தரப்பட்டுள்ளது.

மதராஸ் மெயில் 12 ஏப்ரல் 1916ல் வந்த கட்டுரையில் என்.பி.எஸ். ஐயர் குறிப்பிடுவதாவது:

"Mr. பண்டிதரவர்களுடைய குமாரத்திகள் மகாராஜா அவர்களுடைய வேண்டுகோளின் பேரில் அரண்மனையில் போய் மகாராஜா மகாராணி முன்பாகவும் மற்றும் கனவான்களுக்கு முன்பாகவும் பாடிய சங்கீதத்தைப் பற்றிச் சொல்ல நான் மறக்கக் கூடாது. கிளமென்ஸ் துரையவர்களும் நானும் மற்றவர்களும் 24 சுருதிகளில் பாடப்பட்ட அவர்களுடைய சங்கீதத்தையும் பிடில் வாசிப்பையும் கேட்டு ஆனந்தித்தோம்.''

மாநாட்டில் பண்டிதரின் பங்களிப்புப் பற்றிய செய்தியாவது:

"... இந்திய சங்கீதத்தில் வழங்கி வரும் சுருதிகளைப் பற்றி என்னால் 22ஆம் தேதி முற்பகலில் சுமார் 3¾ மணி நேரம் வரைக்கும் வியாசம் படித்தும் அனுபவபூர்வமாக வீணையில் வாசித்தும் வாயினால் பாடியும் காட்டப்பட்டது.''

மாநாட்டில் பண்டிதரின் மகள்களின் பங்கேற்பு குறித்து பண்டிதர் பதிவு செய்துள்ளதாவது:

"வீணையின் உதவியில்லாமல் ஒரு ஸ்தாயியில் வரும் 24 சுருதிகளையும் எனது குமாரத்திகள் மரகதவல்லி அம்மாளும் (Mrs. Duraipandian), கனகவல்லி அம்மாளும் (Mrs. Navamoney) பாடிக் காட்டிய போது சங்கீதத்திற்கே புதிய உலகம் தோன்றியிருக்கிற தென்றும், சுருதியைப் பற்றி விசாரிக்க வேண்டிய கவலை

இன்றோடு ஒழிந்தது என்றும், இனிமேல் சுருதிகளைப் பற்றிப் பேசுவது அவசியமில்லை என்றும், இன்னின்னவர்களின் சுருதி முறை இன்றோடு பாதாளத்தில் தள்ளப்பட்டதென்றும் இப்படிப் பலவிதமாய்க் கொண்டாடிக் கைகளைக் கொட்டி ஆரவாரித்தார்கள். சங்கீதத்தில் அதிகத் தேர்ச்சியும், நுட்ப அறிவுமுடைய Atiya Begam Fyzee Rahimin அம்மாளும் இவ்விஷயத்தை நன்றாய்க் கவனிக்கும் படியாக Mr. கிளமெண்ட்ஸையம், Mr. பட்கண்டி அவர்களையும் வீணைக்குச் சமீபத்தில் இருக்கும்படியாகச் செய்தார்கள். நுட்பமான சுருதிகளில் வரும் பல கீர்த்தனங்கள் பாடி முடிந்தவுடன் இதில் ஏதாவது ஆக்ஷேபணை இருக்குமானல் சொல்லக் கூடியவர்கள் சொல்ல வேண்டுமென்று எல்லோரும் அறியும்படி கேட்கப் பட்டது. எவரும் எவ்விதமான ஆக்ஷேபணையும் சொல்லவில்லை. துவாவிம்சதி சுருதியின் ஆட்சேபம் இதோடு ஒழிந்து விட்ட தென்றும், சுருதிகளைப் பற்றி இவைகள் போதுமென்றும் சுருதி களைப் பற்றி இனிமேல் விசாரிக்க வேண்டியதில்லை என்றும் பலர் பலமுகமாய்ச் சொல்ல கூட்டம் முடிந்தது.

இதன்பின் 3ஆம் தேதியில் இவை யாவும் கேள்விப்பட்ட His Highness the Maharaja அவர்கள் திரும்ப இவை பற்றித் தாமும் மகாராணி அவர்களும் கேட்கப் பிரியப்பட்டவர்களாய் Mr. Clements, Mr. Bhatkandi, President Nawab Ali Khan, His Excellency V.P. Madhava Rao, Mr. Fyzee Rahimin, Mr. சுந்தர பாண்டியன், Mrs. Atya Begam Fyzee RAhimin, Mrs. ஆப்ரகாம் பண்டிதர், மகா-ள-ள-ஸ்ரீ பஞ்சாபகேச பாகவதர் அவர்கள், மகா-ள-ள-ஸ்ரீ என்.பி. சுப்பிரமணிய ஐயர் அவர்கள் ஆகிய இவர்கள் மாத்திரம் கூடிய சபைமுன் என்னையும் என் குழந்தைகளையும் வரவழைத்து முந்தின நாளில் நடந்ததவகளைப் பற்றிச் சுருக்கமாகச் சொல்லியும் பாடியும் காட்ட வேண்டுமென்று கேட்டுக் கொண் டார்கள்.

அப்போது பூர்வ தமிழின் சிறப்பும், தமிழ் மக்களின் சங்கீதத்தின் உயர்வும், அவர்கள் நுட்பமான சுரங்களில் கானம் செய்து வந்த முறையும் மறைபட்டுத் துவாவிம்சதி சுருதி என்ற முறையினாலும், 2/3, 3/4 என்ற முறையினாலும் கலக்கம் கொண்ட இக்காலத்தில் மகாராஜா அவர்கள் ஏற்படுத்திய இந்தக்

கான்பரென்ஸ் மிகுந்த பிரயோஜனத்தைத் தரும் என்றும், தொல்காப்பியமாகிய பூர்வ தமிழ் நூல் இங்கிலீஷில் மொழி பெயர்க்கச் செய்திருக்கிற மகாராஜா அவர்கள் நீடூழி வாழ்ந்திருக்க வேண்டுமென்றும் பிரார்த்திக்கப்பட்டது.''

மாநாட்டின் சுருதி விஷயங்கள் குறித்து வி.என். பத்கண்டே எழுதிய கடிதத்தை அப்படியே தந்துள்ளார். அதன் தமிழாக்கத்தை யும் பண்டிதர் தனது நூலில் அளித்திருக்கிறார்:

''எனது பிரியமுள்ள ராவ் சாகேப் பண்டிதரவர்களுக்கு, நாம் பரோடாவில் ஒருவரை ஒருவர் விட்டுப் பிரிந்து வெகு காலமாகி விட்டபடியால் என்னுடைய சுய காரியத்திற்காகவே நான் திரும்ப தங்களுக்கு எழுதுவது அவசியமாய்த் தோன்றுகிறது. சங்கீதத்திற் காகத் தாங்கள் செய்த வேலையும் தங்கள் கல்வித் திறமையும் எனக்கு அதி பிரமிப்பை உண்டு பண்ணின. தங்களை எப்போதும் என் சிநேகிதர் என்று அழைக்கும் சிலாக்கியமானது எனக்கு அதிக பெருமை. சங்கீத விஷயமாகத் தாங்கள் சொல்லும் அபிப்ராயங்களை நான் சரியென்று ஒப்புக் கொண்டாலும் ஒப்புக் கொள்ளாவிட்டாலும் தாங்கள் சங்கீதத்தில் வித்வான் என்ற சங்கதியானது எப்போதும் என் மனதில் இருக்கும். நம்மிருவருடைய சிநேகத்திற்கு காரணமா யிருந்த Dewan Sahab அவர்களுக்கு வந்தனம் சொல்கிறேன். தங்களுடைய வேலையின் பலனிலிருந்து நான் அதிக பயன் அடைவேன் என்பதற்குச் சந்தேகமில்லை. தக்க சமயம் பார்த்து தாங்கள் எனக்கு உதவியாய் வந்து அநேக கெடுதிகள் செய்து வந்த சுருதி ஆர்மோனியக் கொள்கையின் தலையை உடைத்ததற்காக அதிக நன்றியறிதலுள்ளவனாயிருக்கிறேன். சங்கீத விஷயத்தில் இங்கு உழைக்கும் அநேகருடைய இருதயத்தை இந்தச் சுருதி ஆர்மோனியம் கொள்ளை கொண்டு போய் விட்டது. Mr. தேவால் அவர்கள் இந்த இராஜதானியிலுள்ள பள்ளிக்கூடங்களில் இந்தச் சுருதி ஆர்மோனியத்தைக் கட்டாயமாய் உபயோகப்படுத்தும்படி கலாசாலை அதிபதிகளை ஏறக்குறைய சம்மதிக்கப் பண்ணி விட்டார்கள். தாங்கள் என் உதவிக்கு வராதிருந்தால் என்னுடைய சத்தம் வனாந்திரத்தில் தனியாய்க் கிடந்து கத்துகிறவனுடைய சத்தம் போலாகியிருக்குமே. Mr. தேவால் அவர்களுடைய சாரங்க தேவ சுருதிகளைத் தாங்கள் அற்புதமான விதமாய் மாய்த்து விட்டீர்கள்....''

கருணாமிர்த சாகர நூலில் பக்கம் 1043 முதல் 1051 முடிய ஒன்பது பக்கங்கள் கொண்ட பெரிய கட்டுரை ஒன்று பதிவு செய்யப் பட்டுள்ளது. பரோடா இசை மாநாடு குறித்து, பண்டிதரின் தஞ்சை ஏழாவது இசை மாநாட்டில் வயலின் இசை மேதை பஞ்சாபகேச பாகவதரால் படிக்கப்பட்ட கட்டுரை இது. (பின்னிணைப்பு இரண்டில் முழுக் கட்டுரையும் வாசகரின் தேவை கருதி தரப் பட்டுள்ளது). இக்கட்டுரை ஒரு பயணக் கட்டுரையாக மிகச் சிறப் பான முறையில் அமைந்துள்ளது. சென்னையிலிருந்து புறப்பட்டு பரோடா சென்று சேர்வது வரை பயணத்தை மிகச் சுவையாக விவரித்திருக்கிறார்.

தமது நூலில், பல பகுதிகளில் இந்தப் பரோடா இசை மாநாடு பற்றி பண்டிதர் குறிப்பிடுகின்றார். அவரிடம் இம்மாநாடு மிகுந்த தாக்கத்தை ஏற்படுத்தியுள்ளதை அறிய முடிகின்றது. இசை உலகில் வட இந்தியாவில் அனேக நண்பர்கள் பண்டிதருக்குக் கிடைத்தது மிகுந்த பலனைத் தந்துள்ளது. எனவேதான் பண்டிதர் தமது நூலில் இம்மாநாட்டுச் செய்திகளுக்காக 144 பக்கங்களை ஒதுக்கியுள்ளார். இம்மாநாடு முடிந்த அடுத்த ஆண்டான 1917ல் தமிழ் இசையியலில் ஒப்பற்ற நூலான 'கருணாமிர்த சாகரம்' என்ற இசை விடிவெள்ளி உதயமான சிறப்பான நிகழ்வு நடந்தது.

'கருணாமிர்த சாகரம்'

பண்டிதர் காலத்தில் இசை இயல் நூல்கள் யாவும் தமிழல்லாத பிற மொழிகளிலேயே வெளிவந்தன. அவை தமிழ் இசை பற்றி எதுவுமே கூறவில்லை; ஒன்றிரண்டு கூறியிருந்தாலும் தப்பும் தவறுமாகவே இருந்தன. 3000 ஆண்டு மரபுடைய தமிழிசைச் செய்திகளை விளக்குவாரில்லை. தமிழை முத்தமிழ் என்று போற்றினார்கள். ஆயினும் பண்டைய இலக்கியங்கள், சிலப்பதிகாரம் அதன் உரைகள் போன்ற நூல்களில் கூறப்பட்ட இசை, ஆடல் பற்றிக் கூற ஆட்களுமில்லை; நூல்களுமில்லை. வெறும் இலக்கிய நயம் பற்றி மட்டுமே தமிழறிஞர்கள் அக்கறை செலுத்தினார்கள். இக்காலகட்டத்தில்தான் நமது பண்டிதர் தோன்றுகின்றார். தமிழ் இலக்கியங்களில் கூறப்பட்டிருக்கும் இசை பற்றிய பகுதிகளுக்கு அவர் விளக்கம் கூற முற்பட்டார். விளங்காத இசைச் செய்திகளெல்லாம் அவரால் விளக்கம் பெறத் தொடங்கின. மாநாடுகள், அறிஞர் சந்திப்பு, இசைக் கலைஞர்களுடனான சந்திப்பு, இசை கற்றல் இவற்றின் மூலம் தமது இசை அறிவைப் பெருக்கி இசை ஆய்வு செய்து வந்திருக்கிறார். இப்படியான ஒரு பதினைந்து ஆண்டு உழைப்பில் மலர்ந்ததே 'கருணாமிர்த சாகரம்' என்ற தமிழ் இசை இயல் நூல்.

தன்னுடைய அருட்குரு 'கருணானந்தர்' மீது பற்றுக் கொண்டு, நன்றிப் பெருக்குடன் நூலுக்கு அவருடைய பெயரையே வைக்கிறார். நூல் 1917ல் வெளிந்தது; 1/4 அளவில் பெருந்தாளில் 1346 பக்கங்கள் கொண்டது; நான்கு பாகங்கள் கொண்டது.

முதல் பாகம் : பண்டைத் தமிழகம் பற்றியும் முத்தமிழ் இலக்கணம் பற்றியும் இப்பகுதியில் கூறு கிறார். இசைப் புலவர்களின் பெயரகராதியும் அவர் பற்றிய சில குறிப்புகளையும் கொண்டது இப்பகுதி.

இரண்டாம் பாகம் : இசையின் ஒரு தானத்தில் (ஸ்தாயி) வருவது 24 சுருதிகள் என நிறுவும் பகுதி. 22 சுருதி முறை பிழைபட்டது என்கிறார்.

மூன்றாம் பாகம் : இது முக்கியமான பகுதி; பெரும் பண்கள், திறப்பண்கள், பண் பெயர்ப்பு, ஆளத்தி என்ற ஆலாபனை, பல நூல்களில் கூறப்பட்ட பண்கள், இணை, கிளை, பகை, நட்பு என்ற பொருந்து சுரங்களைக் காணும் முறை முதலியவற்றை முதன்முதலில் விளக்கு கின்றார்.

நான்காம் பாகம் : ஆயம், சதுரம், திரிகோணம், வட்டம் எனும் நான்கு பாயப் பாலைகள், யாழ்வகை முதலிய வற்றை இப்பகுதியில் விளக்கியுள்ளார்.

நூலில் 43ஆம் பக்கம் முதல் 53ஆம் பக்கம் முடிய அரும்பத விளக்கமும் சில குறிப்புகளும் தந்துள்ளார். தமிழிசைச் சொற்களை விளங்கிக் கொள்ள இது பெரிதும் உதவுகின்றது. 116 சொற்கள் அல்லது குறிப்புகள் அல்லது அறிஞர்களைப் பற்றி விளக்கம் தரும் அரும்பெரும் சிறப்புடையது இவ்வகராதிப் பகுதி.

நூல் வந்த வரலாற்றை நூலின் முகவுரையில் பண்டிதர் தெரிவித்துள்ளார்:

"இப்புத்தகம் கையெழுத்துப் பிரதியாகவும், அரைகுறையாய் அச்சாகியும் இருக்கையில் அவைகளை வாசித்துப் பார்த்து, மிகுந்த சுந்தோஷத்துடன் என்னை உற்சாகப்படுத்திய தமிழ் வித்வ சிரோமணி சோழவந்தான் மகா-ா-ா ஸ்ரீ அரசஞ் சண்முகம் பிள்ளை அவர்களுக்கும், திருச்சிராப் பள்ளி St. Joseph College தமிழ்த் தலைமைப் பண்டிதர் மகா-ா-ா ஸ்ரீ சவுரிராயப் பிள்ளை அவர் களுக்கும், பிரசிடென்ஸி காலேஜ் தமிழ்த் தலைமைப் பண்டிதர் உத்தமதானபுரம் மகா மகோபாத்தியாயா மகா-ா-ா-ஸ்ரீ சாமி நாதையர் அவர்களுக்கும், விருதை மகா-ா-ா-ஸ்ரீ சிவஞானயோகி அவர்களுக்கும், சென்னை திராவிடியன் போர்ட் சேர்மன் தோட்டக் காடு மகா-ா-ா-ஸ்ரீ T. ராமகிருஷ்ண பிள்ளை F.M.U. F.R.H.S.

அவர்களுக்கும், அம்பாசமுத்திரம் ஹைஸ்கூல் தமிழ்ப் பண்டிதர் மகா-ா-ா-ஸ்ரீ அரிகர பாரதியார் அவர்களுக்கும் சங்கீதத்திலும் கோட் வாத்தியத்திலும், கதை செய்வதிலும் தமிழ் நாட்டில் சிறந்து விளங்கும் அரிகேசவ நல்லூர் மகா-ா-ா-ஸ்ரீ L. முத்தையா பாகவதர் அவர்களுக்கும், விஜய நகரம் சமஸ்தான வைதீக சிரோமணி மகா-ா-ா-ஸ்ரீ வீணை வேங்கட ரமணதாஸ் அவர்களுக்கும், வையைச் சேரி மகா-ா-ா-ஸ்ரீ அப்பாசாமி ஐயர் அவர்களுக்கும், தஞ்சை மகா-ா-ா-ஸ்ரீ வேங்கடாசலமையர் அவர்களுக்கும், தஞ்சை மகா-ா-ா-ஸ்ரீ சாமியா பிள்ளை அவர்களுக்கும் என் மனப்பூர்வ வந்தனம் சொல்லுகிறேன்.'' இவ்வாறு நூலினைப் பார்த்துத் தந்த அறிஞர் பெருமக்களின் பெயர்களைக் கூறி நன்றி செலுத்துகின்றார்.

சிலம்பு, அதன் உரைகள், அதை வெளிக் கொணர்ந்த உ.வே. சாமிநாதையர் குறித்து மிக உயர்வாகப் பாராட்டியுள்ளார்:

''...மகா மகோபாத்தியாயர் மகா-ா-ா-ஸ்ரீ வே. சாமிநாதையர் அவர்கள் அழிந்து போகாமல் அச்சிட்டுத் தந்து நுட்பமான சுருதிகள் வழங்கும் நாலு பாலைகளைச் சொல்லும் பூர்வ தமிழ் முறைகளடங்கிய சிலப்பதிகாரத்தின் பேருதவியினாலேயே நான் எழுதக் கூடியவனானேன் என்று மனப்பூர்வமாய் ஒப்புக் கொள்ளுகிறேன்.''

தமிழர்களின் தொன்மை குறித்தும், அவர்தம் இசை முறை குறித்தும் நூலின் முகவுரையிலேயே அனேக இடங்களில் பதிவு செய்திருக்கிறார்.

''உலகத்தில் எவரும் கண்டும் கேட்டுமிராத நுட்பமான சுர ஞானத்தையும், அருமையான கீத முறையையும் பூர்வ தமிழ் மக்கள் உடையவர்களாய் இருந்தார்கள் என்பதைக் காட்ட சில பாண்டிய அரசர்களின் சாசனமும், ... அவர்கள் பேசிய தமிழ் மொழி எபிரேய, கல்தேய பாபிலோனிய, அசீரிய, சுமேரிய, பாரஸீக, பெல்ச்சிய, பெர்குயிஸ், பிராகிர்த, சித்திய, அங்கிலோ, ஜெர்மானிய, சமஸ்கிருத பாஷைகளின் மிக ஏராளமாய்க் கலந்து வருவதினால் தமிழ் மக்களே பூர்வமாய் உள்ள குடிகளென்றும்... நாம் காண்பதற்கு உதவியாகச் சில சரித்திரக் குறிப்புகளும் சொல்லியிருக்கிறேன்.''

மேற்கண்டவாறு அனேக சான்றுகளைத் தமது நூலில் பண்டிதர் குறிப்பிட்டுள்ளார். மேலும் இது பற்றியும், கடல்கோள்

பற்றியும், அழிந்த தமிழகப் பகுதிகள் பற்றியும் கீழ்க்கண்டவாறு பதிவு செய்கின்றார்:

"...சரித்திர காலம் ஆரம்பிக்கிறதற்கு வெகு காலத்திற்கு முன்னதாகவுள்ள லெமூரிய நாடு தமிழ் நாடாயிருந்ததென்றும், அதில் வசித்து வந்தவர்கள் தமிழர்களாய் இருந்தார்கள் என்றும், லெமூரியாவில் பேசப்பட்டு வந்த பாஷை தமிழாக இருந்தது என்றும், அது இயல், இசை, நாடகமென்றும் முத்தமிழாக வகுக்கப் பட்டு இலக்கண வரம்புடன் மிகுந்த தேர்ச்சி உடையதாய் இருந்தது என்றும், அதன் பின்னுண்டான பிரளயங்களில் அந்நாடு கொஞ்சம் கொஞ்சமாக கடலால் விழுங்கப்பட்ட பின், பல்கலைகளும், இசைத் தமிழைப் பற்றிச் சொல்லும் அரிய நூல்களும் கொஞ்சம் கொஞ்சமாக மறைந்து தற்காலம் அனுபோகத்திலிருக்கும் சொற்ப முறை மிஞ்சி இருக்கிறது என்றும் தெளிவாக அறிவோம். இன்றைக்குச் சுமார் 1850 வருடங்களுக்கு முன்னிருந்த இளங்கோ வடிகள் எழுதிய சிலப்பதிகாரத்தாலும் அதன் உரையாலும் சொற்ப பாகம் காண்கிறோம்."

வட்டப்பாலை

சிலப்பதிகாரத்தில் உரையாசிரியர் 'ஆய்ச்சியர் குரவை' எனும் காதைக்கு உரை கூறும் போது, 'வட்டப்பாலை' என்று ஒரு இசை முறை பற்றிக் கூறுகின்றார். வெகுநாளாய் இப்பகுதி விளங்காமல் இருந்தது. பண்டிதரே முதலில் அதை விளக்கிக் கூறியவர்.

பன்னிரண்டு தான சுரங்களுக்குரிய (Senni Tones) 12 இராசிகளை ஒரு வட்டத்திலும், 12 தான சுரங்களை மற்றொரு வட்டத்திலும் வரைந்து ஒரு வட்டகத்தை நிலையாகச் செய்து நிறுத்தி, அந்த நிற்கும் வட்டகத்தின் மீது சுற்றும் வட்டகம் சுற்றி வரச் செய்யும் போது பாலைகள் (ஏழு சுரப்பண்கள்-மேளகர்த்தா- தாட்) பிறப்பதைக் காட்டுகின்றார். இதுவே வட்டப்பாலை முறையில் புதிய (ஏழு சுரப் பண்கள்) பாலைகள் பிறக்கும் முறை. பண்டிதரின் மொழியிலேயே அதை நாம் பார்க்க வேண்டும்:

"ஒரு இராசி வட்டத்தைப் பன்னிரு கூறாகப் பிரித்து, ச - ப முறையாகவும், ச - ம முறையாகவும் 12 சுரங்களைக் கண்டுபிடித்து,

அம்முறையை ஆயப்பாலை என்றும், பெண்களுக்குப் பிரியமான தென்றும் சொன்னார்கள். அதில் பன்னிரெண்டாவது இராசியில் நின்ற குரலிலிருந்து அதற்கு இரண்டாவது இராசியில் நின்ற ரிஷபத்தையும், நாலாவது ராசியில் நின்ற காந்தாரத்தையும், ஐந்தாவது இராசியில் நின்ற மத்திமத்தையும், ஏழாவது இராசியில் நின்ற பஞ்சமத்தையும், ஒன்பதாவது இராசியில் நின்ற தைவதத்தை யும், பதினொன்றாவது இராசியில் நின்ற நிஷாதத்தையும், பன்னி ரெண்டாவது இராசியில் நின்ற சட்ஜத்தையும் சேர்த்து, ஏழு சுரங்களில் ஒரு ஆரோகண அவரோகணமுண்டாக்கி, அதற்குச் செம்பாலைப் பண் என்று பேர் கொடுத்து வழங்கி வந்திருக் கிறார்கள். இதையே நாம் தற்காலத்தில் சது சுருதி ரிஷபம், அந்தர காந்தாரம், சுத்த மத்திமம், பஞ்சமம், சதுர் சுருதி தைவம், காகலி நிஷாதம் மேல் சட்ஜம் உள்ள தீரசங்கராபரணமென்று வழங்கி வருகிறோம்.''

(சங்கரபராணம் என்ற இக்கால தாய்ப்பண், பண்டைய தமிழ் மக்களின் பாலை நிலப் பெரும்பண்; இந்துத்தானியில் பிலாவல் தாட் என்றும் ஐரோப்பிய இசையில் C Major என்றும் அழைக்கப் படுகிறது).

மேற்கண்டவாறு வட்டப்பாலை முறையில் சங்கராபரணம் என்ற ஏழு சுர தாய்ப்பண் (மேளகர்த்தா) வரும் முறையை பண்டிதர் முதன்முறையாக விளக்கிக் காட்டுகின்றார்.

தென்னிந்திய வட்டாரத்தில் வழங்கும் இசை குறித்து பண்டிதர் தெளிவுபடுத்தியுள்ளார்:

''தனித்தனியாய் இனிமையுடையதும், இசைத் தமிழுக்குரிய மார்க்க விதியுடையதுமான தமிழ் மக்களின் கானத்தைக் கேட்ட மற்றவர் பலவிதமான பெயர்களுடன் அழைத்தார்கள் என்று அறிய வேண்டும். இந்தியாவில் வட பாகத்திலுள்ளோர் தமிழ் மக்களின் கானத்தை 'தென்னிந்திய கானம்' என்று சொன்னார்கள். திருவிடம் என்ற தென்னிந்தியாவை திரவிடம் என்றும் அதன் பின் திராவிடம் என்றும் அழைத்த வடமொழியாளர் திராவிட சங்கீதமென்றும், திராவிட சங்கீதம் மிகச் சிறந்ததென்றும் சொன்னார்கள். தென்னிந்தி

யாவின் கீழ் கரையோரமாய்த் தஞ்சை முதல் நெல்லூர் வரையும் பரவியிருந்த கர்நாடக ராஜ்யத்தில் வந்து தங்கிய மேல்நாட்டு வர்த்தகரும் அவர் பின்னடியாரும் தமிழ் மக்களின் கானத்தை கர்நாடக சங்கீதமென்று அழைத்தார்கள். பொதுவாய்க் கவனிக்கும் மற்ற தேசத்தவர் இதை இந்து தேச கானம் என்று சொல்லுகிறார்கள். தென் மதுரையிலுள்ள பூர்வ தமிழ் மக்கள் இதனை இசைத் தமிழ் என்று சொன்னார்கள். சிறந்த மார்க்க விதியுடையதான இசைத் தமிழையே தென்னிந்திய கானமென்றும் திராவிட சங்கீதமென்றும் கர்நாடக சங்கீதமென்றும் மற்றவர் சொல்லுகிறார்கள் என்று தெளிவாய்த் தெரிகிறது.''

இசைத் தமிழ்ப் பெரும் பேராசிரியர் பி. சாம்பமூர்த்தியார் தன்னுடைய இசை அகராதிகளுக்கு 'தென்னக இசை அகராதி' என்றே பெயர் தந்துள்ளார்.

திராவிட அல்லது தென்னிந்திய மொழிக் குடும்பத்தின் ஒப்பிலக்கணம் என்ற வரலாற்றுப் புகழ் மிக்க நூலை எழுதிய அருட்திரு இராபர்ட் கால்டுவெல் அந்நூலில் தெரிவித்துள்ள கருத்துக்களை வாசகர்கள் அறிவது நல்லது:

'Dravida' corresponds to 'Tamil' in Sanskrit; The use of the term is of considerable antiquity, as we find it in Varaha-mihira at the beginning of the fifth century A.D. ...Carnatic is exclusively the country below the Ghauts, on the Coromandel Coast, including the whole of the Tamil Country and the district of Nellore only in the Telugu Country.

இந்த சான்றுகளே போதுமானது; இக்காலம் கர்நாடக இசை என்றழைக்கப்படுவது பண்டைய தமிழிசையே என்று நிறுவ, மாய்ந்து மாய்ந்து ஆய்வு செய்ய வேண்டிய தேவையில்லை; வண்டி வண்டியாகச் சான்றுகளும் தேவையில்லை.

பண் (இராகம்)

"பூர்வம் தமிழ் மக்கள் சுரங்களையும், சுருதிகளையும் இராகமுண்டாக்கும் விதிகளையும் அனுசரித்துப் பாடி வந்த 12,000

ஆதி இசைகளும், அவற்றின் பரம்பரையில் உதித்த இராகங்களும், பாடப்பட்டும், வேறு பெயர்களால் அழைக்கப்பட்டும், அந்நிய பாஷைச் சொற்களால் உருவமைந்தும் நாளது வரையும் வழங்கி வருகின்றன'' என்று பண்டிதர் குறிப்பிடுகின்றார். மேலும் ''பூர்வ காலத்தில் படிக்கப்பட்டு வந்த ராகங்கள் அப்படியே நாளது வரையும் பேணப்பட்டு வருகின்றன. ஆனால், அவைகளின் பெயர்கள் அன்னிய பாஷைகளில் மாற்றப்பட்டும் அக்காலத்தில் வழங்கிய வர்ண மெட்டுகளுக்கு வேறு பாஷைகளில் சாகித்யங்கள் போட்டும் வழங்கி வருகிறது என்று நாம் மறந்து போகக் கூடாது.''

மலை, காடு போன்ற ஒவ்வொரு நிலத்திற்கும் தொல் தமிழர் தனித்தனிச் சுவையுடைய பெரும் பண்களையும் (ஏழு சுரப்பண் - யாழ் - பாலை), சிறு பண்களையும் (ஐந்து சுரப்பண் - பகுதி - பாணி) என்பதையும் வகுத்து முறைப்படுத்தி 3000 ஆண்டு காலம் பாடி வந்துள்ளனர். தமிழின் முதல் நூலான தொல்காப்பியத்தில் அதன் ஆசிரியர் இதனைத் தெரிவிக்கின்றார்:

''தெய்வம் உணவே, மா, மரம், புள், பறை,
செய்தி, யாழின் பகுதி யொடு .....''

என்பது இவ்ஆசிரியர் தரும் நூற்பா. ஒவ்வொரு நிலத்திற்கும் தெய்வம், உணவு என்பவற்றைக் கூறி வரும் போது அந்நிலத் திற்கான இசையின் பண்களையும் (இராகங்கள்) கூறுகிறார்.

யாழ் - 7 சுரப் பெரும் பண் (சம்பூரணம்) - பாலை

பகுதி - 5 சுரப்பண் (ஔடவம்) - பாணி

பக்கம் 68ல் காணப்படும் அட்டவணையானது தமிழர் 3000 ஆண்டுகளுக்கு முன்பே வகுத்துக் கொண்ட நிலப் பகுதி, அன்பின் ஐந்திணை அதற்கான பண்கள் (இராகங்கள்) பற்றி அறிய வாசகர்களுக்கு உதவும்.

இந்தப் பட்டியலில் காணும் உண்மைகளே போதுமானது. தமிழிசையும், கர்நாடக இசையும் ஒன்று என்பதற்கு; மேலும் தமிழ் மக்கள் பாடி வந்த பண்டைய தமிழிசைப் பண்களே இன்றைய கர்நாடக ராகங்களாக வேற்று மொழிப் பெயரால், பெயர் மாற்ற

எண்	திணை	நிலம்	7 சுரப்பண் யாழ்/ பாலை	இக்கால இராகப் பெயர்	5 சுரப்பண் பகுதி/ பாணி	இக்கால இராகப் பெயர்
1.	முல்லை	காடு	முல்லை யாழ், செம்பாலை	அரிகாம் போதி	முல்லைப் பாணி	மோகனம்
2.	குறிஞ்சி	மலை	குறிஞ்சி யாழ், படுமலைப் பாலை	நட பைரவி	குறிஞ்சிப் பாணி	மத்ய மாவதி
3.	நெய்தல்	கடற்கரை	நெய்தல் யாழ், செவ்வழிப் பாலை	பஞ்சம மில்லாத இரு மத்தி மங்கள் வரும் தோடி	நெய்தல் பாணி	இந் தோளம்
4.	பாலை	மழை யில்லாது வறண்ட குறிஞ்சி/ முல்லை நிலம்	பாலை யாழ், அரும் பாலை	சங்கரா பரணம்	பாலைப் பாணி	சுத்த சாவேரி
5.	மருதம்	வயல்	மருத யாழ், கோடிப் பாலை	கரகரப் பிரியா	மருதப் பாணி	சுத்த தன்யாசி

மடை ந்துள்ளன என்பது மேற்கண்ட பட்டியலைப் பார்த்த மாத்திரத் திலேயே தெரிய வரும்.

பிங்கல முனிவர் எழுதிய பிங்கல நிகண்டு நூற்பா, ஒரு பெரும்பாலைக்கு (சம்பூரண ராகத்திற்கு) 21 சேய்ப் பண்கள் (ஜன்ய ராகங்கள்) உள்ளதாகக் கூறுகிறது. ஆக 12 தான சுரங்களிலிருந்து 32

பாலைகள் (சம்பூரணம்) கிடைக்கும்; கிடைக்கும் ஒவ்வொரு பாலைக்கும் 21 திறங்கள் (ஜன்யம்). இவ்வளவு பண்பெருக்கம் பூர்வ தமிழகத்தில் வழங்கி வந்துள்ளது. இது குறித்து பண்டிதர் கூறுவது:

''ஈரிரு பண்ணும் எழுமூன்று திறனும் என்பதைக் கொண்டு நால்வகை யாழுள்ளும் எவ்வேழு பாலை பிறக்குமென்றும், குறைந்த சுரமுள்ளதாக முற்காலத்தில் வழங்கி வந்த ஆறு (பண்ணியல்), ஐந்து (திறம்), நாலு (திறத்திறம்) சுர ராகங்கள் இருபத்தொன்றும் ஒவ்வொன்றுள்ளும் உண்டாகும் என்று சொல்வதைக் கொண்டு ஒவ்வொரு யாழுள்ளும் பல ராகங்கள் பிறக்கக் கூடியதாய் இருந்ததென்று தெரிகிறது.''

அடுத்து தமிழகத்தில் வழங்கிய, பெரிதும் பேசப்படும் 103 பண்களைப் பற்றிக் குறிப்பிடுகின்றார்; திருமுறை கண்ட புராணத்தில் உமாபதி சிவாச்சாரியார் தேவாரத்திற்குரிய பண்களைக் கூறியுள்ளார். அது பற்றி பண்டிதர் விளக்குகின்றார்:

'''மேற்கண்ட இராகப் பெயர்களைக் கவனிக்கையில் பூர்வமான இராகங்களின் பெயர்கள் காலத்துக்குத் தகுந்த விதமாய் வர வர மாற்றப்பட்டு வழங்கி வந்திருக்க வேண்டுமென்று தெரிகிறது. சங்கீத ரத்னாகரத்தில் வழங்கி வரும் ராகங்களில் மிகுதியானவை தமிழ்நாட்டுப் பண்களை அனுசரித்தவைகளாகவே காண்போம். அவைகளில் இராகாங்க இராகங்கள் என்று அவர் சொல்லும் 31ல், 21 இராகங்கள் பூர்வம் தமிழ்நாட்டில் வழங்கி வந்த ராகங்கள் என்றும், அவைகளின் பிரிவுகள் என்றும் உபாங்க, பாஷாங்க ராகங் களில் அநேக இராகங்கள் தமிழ்நாட்டு இராகங்கள் என்றும் தெரி கிறது.'' சங்கீத இரத்னாகரத்தில் சாரங்க தேவர் குறிப்பிடும் தேவாரப் பண்களைப் பண்டிதர் குறிப்பிட்டுள்ளார். இவ்வாறான 48 பண்களைக் கூறுகின்றார். எனவே, சாரங்க தேவர் குறிப்பிடும் அனேக பண்கள் தமிழ்நாட்டிலும், தேவாரத்திலும் வழங்கி வந்தவை என்பதை நாம் அறியலாம்.

''கர்நாடக பாஷாங்க ராகம் என்றும், திராவிட பாஷாங்க ராகம் என்றும், தக்ஷண பாஷாங்க ராகம் என்றும் தமிழ்நாட்டில் வழங்கி

வந்த பண்களையே சொல்லுகிறார். அவற்றோடு கர்நாடகம், திராவிடி, தக்ஷணக் குச்சரி, திராவிட குச்சரி, கர்நாடக பங்காளம் என்று சொல்லுவதையும் நாம் தமிழ்நாட்டுக்குரிய பண்களென்றே நினைக்க வேண்டியிருக்கிறது. இன்னும் டக்கவிபாஷா, தேவார வர்த்தினி, மாளவகைசிக, தேவார வர்த்தினி, பின்னசட்ச விபாஷா, தேவார வர்த்தினி என்று அவர் அங்கங்கே சொல்வதை நாம் கவனிக்கையில் இவை தேவாரப் பண்களில் வழங்கி வரும் தமிழ் இராகங்கள் என்று தெளிவாகக் காண்கிறோம்.''

சுமார் 300 ஆண்டுகளுக்கு முற்பட்ட அரபத்த நாவலர் என்பவர் எழுதியுள்ள பரத சாஸ்திரத்தில் குறிப்பிடப்படும் இராகங் களின் பட்டியலை பண்டிதர் தந்திருக்கிறார். இது பற்றி பண்டிதர் கூறுவதைப் பார்க்கலாம்:

''தலைமை பற்றிய இராகங்கள் என்று சொல்வதில் மேக விரஞ்சி, குறிஞ்சி, கைசிகம், வராளி, இந்தோளம், நாராயணி, நாட்டை, சீராகம், பங்காளம், கூர்ச்சரி, காந்தாரி, கௌளி, வேளாவளி, பைரவி, தன்னியாசி என்னும் இராகங்கள் பூர்வம் தமிழ் மக்கள் வழங்கி வந்த இராகங்களே என்று அறிவோம். அன்னிய பாஷைகளைக் கற்றுக் கொண்ட தமிழ் மக்கள் தாங்கள் பாடி வரும் இராகங்களுக்கு அந்நிய பாஷையில் பெயர் வைக்க வும், அந்நிய பாஷையில் நூல் எழுதி வைக்கவும் ஆரம்பித்தார்கள் என்று அறிவதற்காகவே எழுத வேண்டியது அவசியமாயிற்று. அதனால் இசைத் தமிழுக்குரிய யாவும் வரவர அந்நில பாஷைகளில் வழங்கத் தலைப்பட்டன.''

மேலும் மற்றோர் இடத்தில் பண்டிதர் கூறுவது:

''பூர்வ தமிழ்ப் பண்கள் பாடும் முறையில் பேதமடையாமல் நாளது வரையும், தமிழ்நாட்டில் நிலைத்திருந்தாலும் அவைகளின் பூர்வ தமிழ்ப் பெயர்கள் மாற்றப்பட்ட அன்னிய பெயர்களுடன் வழங்கி வருகின்றன என்பது தெளிவாகக் காணப்படுகிறது.''

சங்கீத இரத்னாகரம் நூல் ஆசிரியர் சாரங்க தேவரின் காலம் 1210 முதல் 1247 வரை என்பதாக நாம் அறிகிறோம். தஞ்சை பெரிய கோயில் எடுப்பித்த சோழ மன்னனின் காலம் பத்தாம் நூற்றாண்டு. ஏறக்குறைய மூன்று நூற்றாண்டுகள் பிந்தியவர் சாரங்க

தேவர். இனி நடந்த விஷயங்களைப் பண்டிதர் கூற்றாலேயே நாம் பார்க்கலாம்:

''ராஜராஜ சோழன் காலத்திலேயே தேவாரப் பதிகங்கள் இல்லாமல் போனது போக மீதியாயிருந்த அவைகளை ஒழுங்குபடுத்தி ஆலயங்களில் சொல்லும்படி ராஜராஜ சோழன் செய்தான். தேவாரத் திருப்பதிகங்களை சோழ நாட்டில் பண்முறை அறிந்து சொல்லத் தெரியாமல் இருந்ததினால் திருநீலகண்ட யாழ்ப்பாண நாயனார் மரபில் உதித்த ஒரு ஸ்திரீயை வரவழைத்துப் பண் முறைகள் யாவும் படிக்கக் கேட்டுக் கொண்டார்கள் என்று திருமுறை கண்ட புராணத்தில் சொல்லப்படுகிறது. அவைகளை நாம் கவனிக்கும் பொழுது ராஜராஜ சோழன் காலத்திலேயே அதாவது சுமார் 900 வருஷங்களுக்கு முன்னாலேயே திருப் பதிகங்கள் அநேகம் வழக்கத்தில் இல்லாமல் போயினவென்றும் அவைகளின் சில பாகம் மாத்திரம் மிஞ்சியிருந்தனவென்றும் தெரிகிறது. அது போலவே தேவாரப் பதிகங்களுக்குச் சொல்லப் பட்ட பல இராகங்களும் அதோடு மறைந்து போயிருக்க வேண்டும். மிஞ்சியிருந்த தேவாரப் பதிகங்களில் காணப்படும் இராகங்களுக்கு மாத்திரம் பெயர்கள் சொல்லப்படுகின்றன. அப்பண்களும் இன்னவையென்று தெரியாமல் அந்நியரால் பெயர் மாற்றப்பட்டு நாளது வரையும் வழங்கி வருகின்றன.

ராஜராஜ சோழன் காலம் பத்தாம் நூற்றாண்டு என்று சாசனங்கள் மூலமாகத் தெரிகிறது. சங்கீத ரத்னாதகரரின் காலமோ 1210 முதல் 1247 வரையுமாம். ஆகையினால் 13ம் நூற்றாண்டு என்று நாம் சொல்லியிருக்கிறோம். இவ்விதத்திலும் தஞ்சை பெரிய கோயிலில் தேவாரப் பண்கள் சொல்ல 50 பேர் ஏற்பட்ட பிறகே சங்கீத ரத்னாகரர் தக்க விபாஷா தேவார வர்த்தினி என்று எழுதி யிருக்கிறதாக நாம் அறிய வேண்டும். தமிழ் நாட்டின் பல பண்கள் பாடப்பட்டு வந்த பிறகே சாரங்க தேவர் சங்கீத ரத்னாகரம் எழுதி யிருக்கிறார் என்று தெரிகிறது. இப்படியிருக்க சங்கீத ரத்னாகரமே பூர்வ நூல். சமஸ்கிருத பாஷைக்குப் பிறகே சங்கீதம் உண்டாயிற்று; தமிழர்களுக்குச் சங்கீதம் தெரியவே தெரியாது என்று குதர்க்க மிடுவோர் மேற்படி சாசனம் எழுதியிருக்கும் கல்லைப் பார்ப்பார் களாக'' என்று பண்டிதர் கூறுவதை நம் சிந்திக்க வேண்டும்.

தமிழ்ப் பண்களில் பழம் பெயர்கள் சங்கீத இரத்னாகரரால் பெயர் மாற்றம் செய்யப்பட்டுள்ளதை பண்டிதர் தெரிவிக்கின்றார்:

''அதோடு பூர்வ தமிழ்நாட்டில் வழங்கி வந்த பல இராகங்களில் தக்க என்பதை டக்க என்றும், நட்ட ராகம் என்பதை நாட்டை என்றும், சாதாரி என்பதை ரூப சாதாரி, சுத்த சாதாரி என்றும், வைரவம் என்பதை பைரவம் என்றும், குறிஞ்சி என்பதை குராஞ்சி என்றும், இந்தளம் என்பதை இந்தோளம் என்றும், தனாசி என்பதை தன்னியாசி என்றும் இன்னும் இவை போல் பல பண்களின் பெயர்களையும் மாற்றி அவர் வழங்கியிருக்கிறார்.''

சுவைக்கு ஏற்ற பண்கள், தமிழ் யாப்புக்கு ஏற்ற பண்கள் மற்றும் காலத்திற்கு ஏற்ற பண்களையும் பண்டிதர் குறிப்பிடுகின்றார்:

துக்கவிராகம்	:	1. ஆகிரி, 2. கண்டாரவம், 3. நீலாம்பரி, 4. பியாகடை, 5. புன்னாகவராளி, 6. வராளி.
மகிழ்ச்சி இராகம்	:	1. காம்போதி, 2. தன்னியாசி, 3. சாவேரி
யுத்த இராகம்	:	1. நாட்டை
வசந்த கால இராகம்	:	1. காம்போதி, 2. அசாவேரி, 3. தன்னியாசி
மாலை இராகம்	:	1. கல்யாணி, 2. காபி, 3. கன்னடம், 4. காம்போதி
யாம இராகம்	:	1. ஆகிரி
விடியற்கால இராகம்	:	1. இந்தோளம், 2. இராமகலி, 3. தேசாக்ஷரி, 4. நாட்டை, 5.பூபாளம்
உச்சி இராகம்	:	1. சாரங்கம், 2. தேசாக்ஷரி

அன்றியும் ஆகிரி, இந்தோளம், இராமகலி, சாரங்கம், பூபாளம் நீங்கி நின்ற மற்றவை எக்காலத்திற்கும் பொதுமையே. இனி பா பற்றிய இராகங்களாவன:

வெண்பாவிற்கு	:	சங்கராபரணம்
அகவற்கு	:	தோடி
கலிப்பாவுக்கு	:	பந்து வராளி
கலித்துறைக்கு	:	பைரவி
தாழிசைக்கு	:	தோடி
விருத்தத்திற்கு	:	கலியாணி, காம்போதி, மத்தியமாவதி
உலாவிற்கு	:	சௌராஷ்டிரம்
தேவாரத்திற்கு	:	பூபாளம்
பிள்ளைக் கவிக்கு	:	கேதார கௌளம்
பரணிக்கு	:	கண்டாரவம்

கருணாமிர்த சாகரம் என்ற பண்டிதர் நூலைப் பற்றி இசை ஆய்வாளர் வீ.ப.கா. சுந்தரம் கூறுவது:

"மூன்றாம் பாகம்: இப்பாகம் நூலில் சிறந்த பாகம். பெரும் பண்கள் - திறப் பண்கள், பண்ணுப் பெயர்த்தல், ஆலாபனம், முற்காலப் பிற்கால நூல்களில் கூறியுள்ள இராகங்களின் தொகை - இணை, கிளை, பகை, நட்பு என்னும் பொருந்திசைச் சுரங்களைக் கண்டு கொள்ளும் முறைகள் முதலியவற்றை விளக்குவது."

மூன்றாம் பாகத்தில் பண்டிதர் கண்டுபிடித்த ஆய்வு முடிவு களால், இதுவரை புரியாத பழம் சொற்களுக்குப் பொருள் கூறியதால், சிலப்பதிகாரம் மற்றும் அதன் உரைகளில் கூறப்பட்டுள்ள தமிழிசை குறித்த செய்திகளை தமிழகம் அறியத் தொடங்கியது. இது பற்றி பண்டிதர் கூறுவது:

"கோவலன் கதை சொல்ல வந்த இடத்தில் சங்கீதத்திற்குரிய இவ்வளவு விஷயங்கள் சொல்லப்பட்டிருக்கிறது என்று சந்தோஷப் பட வேண்டியதாய் இருக்கிறது. உரை எழுதியவர்களின் அபிப் பிராய பேதங்கள் கொஞ்சம் கொஞ்சம் அங்கங்கே இருப்பதாகக் காண்கிறோம். அவைகளினால் பூர்வம் இசைத் தமிழில் இன்னும் மேலான காரியங்கள் இருந்ததாகத் தெரிய வருகிறது. அவர்கள்

எழுதிய உரைகளைக் கொண்டு பொதுவாய் அறியக் கூடியவை களை இங்கு எழுதியிருக்கிறேன்.''

அக்காலத்தில் சென்னை மாநிலக் கல்லூரியில் தமிழ்ப் பண்டிதராகப் பணியாற்றிய, பழந்தமிழ் நூல்களின் பதிப்புத் தந்தை என்று போற்றப்படும் பெரும்புலவர் உ.வே.சா. பண்டிதரின் கருணாமிருத சாகர நூல் பற்றிக் குறிப்பிடுவது:

"எத்தனையோ வருஷங்களாகப் பண்டிதரவர்கள் சங்கீதத்தில் உழைத்து வருதலைப் பலரால் கேட்டிருப்பதன்றி நான் நேரிலும் அறிந்திருக்கிறேன். இவர்களுடைய உழைப்பு வீணாகாமல் என்றும் நிலை பெற்றிருக்கும்படி இப்புஸ்தகம் வெளிவந்தது மிகவும் பாராட்டத் தக்கதே. ஆங்காங்குள்ள சங்கீத வித்வான்களையும், பண்டிதர்களையும், வருவித்து, மகாசபை கூட்டி அவர்களுடைய அபிப்பிராயத்தைக் கலந்தும், பழைய தமிழ் நூல்களாகிய சிலப்பதி காரம் முதலியவற்றைச் செவ்வனே ஆராய்ந்தும் தமிழ் மொழியில் பல நூற்றாண்டுகளுக்கு முன்பு அமைந்திருந்தவையும், இக்காலத்து நன்கு விளங்காதனவுமாகிய சங்கீத முறைகளையும், அவற்றின் பேதங ்களையும், பின்னுமுள்ள நுட்பமானவற்றையும் யாவரும் எளிதில் அறிந்து கொள்ளும்படி விளக்கிப் பண்டிதரவர்கள் இந்நூலை வெளிப்படுத்தியதற்காகத் தமிழுலகம் இவர்பால் நன்றி பாராட்டக் கடப்பாடுற்றிருக்கிறது.''

பேரறிஞர்களின் ஈடில்லாப் பணிகள் எவ்வாறு ஒருவருக் கொருவர் உதவியாய் உள்ளதென்பதற்கும், கற்றாரைக் கற்றாரே காமுறுவர் என்பதற்கும் சான்றாக உ.வே.சா. பற்றி பண்டிதர் கூறுவதைப் பார்ப்போம்:

"சங்கீதத்தைப் பற்றிய சில அருமையான விஷயங்கள் பூர்வ தமிழ் மக்களின் வழக்கத்தில் இருந்தனவென்று சிலப்பதிகாரத்தில் கூறிய சேரன் செங்குட்டுவன் தம்பியும் தவசிரேஷ்டருமான இளங்கோவடிகளுக்கும், அவர் எழுதிய பொருள் நிறைந்த அகவல்களுக்கு, அவருக்குச் சுமார் 1000 வருடங்களுக்குப் பின் அரும்பத உரை எழுதிய ஜெயங்கொண்டான் கவிச் சக்கரவர்த்

திக்கும், இவருக்கு 100 வருடங்களுக்குப் பின் சிலப்பதிகாரத்திற்கு உரையும், இவ்வுரையில் அக்காலம் சங்கீதத்திற்கென்று எழுதிய நூல்களின் பல மேற்கோள்களையும் எழுதிய அடியார்க்கு நல்லார்க்கும், இவ்வருமையான நூல் இராம பாணத்தால் அழிந்து போகாமல், பல பிரதிகளைத் தேடிப் பரிசோதித்து, உலகம் உள்ளளவும் நிலைத்திருக்கும்படி அச்சிட்டுத் தந்த பிரஸிடென்ஸி காலேஜ் தலைமைத் தமிழ்ப் பண்டிதர், உத்தமதானபுரம் மகாமகோபாத்தியாயர் மகா-ா-ா-ஸ்ரீ சாமிநாதையர் அவர் களுக்கும், நானும் தமிழ் மக்களும் எவ்வித நன்றி பாராட்டக் கூடிய வர்கள் என்று சொல்ல இயலாதவனாய் இருக்கிறேன்.''

பொருந்து சுரங்கள்

இசையில் வரும் பொருந்து சுரங்கள் (Harmonics) பற்றிய தெளிவான செய்திகளையும், ஆய்வு நுணுக்கங்களினால் பண்டைய நூல்களின் வழியே கண்டுபிடித்து தமிழ் கூறும் நல்லுலகிற்கு முதன்முதலில் தெரிவித்த பெருமைக்குரியவர் நமது பண்டிதரே. தம் நூலில் பக். 658 முதல் 672 வரை இது பற்றி அவர் தெரிவிக்கும் ஆய்வுச் செய்திகள் நம்மை மலைக்க வைக்கின்றன.

சுருக்கமாக, பொருந்து சுரங்கள் பற்றி நாம் பார்ப்போம். தமிழ் நாடகக் காப்பியமான சிலப்பதிகாரம் தமிழரின் இசை, ஆடல் பற்றி நுணுக்கமான பல செய்திகளைக் கூறுகின்றது. அதில் ஒன்று பொருந்து சுரங்கள் பற்றியது.

சிலப்பதிகார வேனில் கதையில்,

> **''இணை, கிளை, பகை, நட்பு என்று இந்நான்கின்**
> **இசை புணர் குறி நிலை...''**

என்று இளங்கோவடிகள் பொருந்து சுரங்கள் எவை எனப் பதிவு செய்திருக்கின்றார். பன்னெடுங்காலமாக, பண்டிதர் காலம் வரை இப்பொருந்து சுரங்கள் பற்றி தமிழறிஞர்கள் யாவருக்கும் எதுவும் புரியவில்லை; புரிந்தது போலிருந்தாலும் குழப்பமே நீடித்தது. பண்டிதரே இவற்றைக் கண்டுபிடித்துக் கூறுகின்றார்:

இணைச் சுரம்

"இவற்றுள் இணை நரம்பென்பது யாதென்று பார்ப்போம். இணை என்றால் இரண்டு நரம்புகள், இசைந்த நரம்புகள், பொருத்தமுள்ள சுரங்கள் என்று பொருள்படும். இது ச-ப முறைப்படி உண்டான சுரங்களுக்குப் பேர். எவை ச-ப வைப் போல் பொருத்தமுடையவையாய் இருக்கின்றனவோ அவை இணைச் சுரங்களாம். இவை போன்று ஏழாவது, ஏழாவது இராசியில் வரும் சுரங்கள் இணைச் சுரங்களாம்."

ச	ரி1	ரி2	க1	க2	ம1	ம2	ப
0	1	2	3	4	5	6	7

ச - ப

0 - 7 இணைச் சுரங்கள்

கிளைச் சுரம்

"குரலுக்கு இளியின் பொருத்தத்தைப் போலச் சுற்றுக் குறைந்து சேர்ந்து நிற்கக் கூடிய சுரத்தையே கிளையென்றார். ...ஆரம்பிக்கும் சுரத்தினின்று ஐந்தாவது இராசியில் நிற்கும் சுரம் கிளை நரம்பு..." (குரல் - ச; இளி - ப)

ச	ரி1	ரி2	க1	க2	ம1	ம2	ப
0	1	2	3	4	5	6	7

ச - ம

0 - 5 கிளைச் சுரங்கள்

"ச-ப அல்லது குரல் இளியாய் வரும் இணைச் சுரங்களுக்கு அடுத்தபடியில் குரல் உழையாய் ஐந்தாம் இராசியில் வரும் சுரங்கள் கிளைச் சுரங்கள் என்பது இதனால் தெளிவாய்த் தெரிகிறது." (உழை - ம).

பகைச் சுரம்

பகை என்பது விரோதம், சத்துரு, வெறுப்பு என்று பொருள்படுவதை நாம் யாவரும் அறிவோம். இதையே கூடம் என்றார். கூடமென்பது தீங்கு என்பதாம்.

'நின்ற நரம்பிற்கு ஆறும் மூன்றும், சென்று பெற நிற்பது கூடமாகும்' என்பதனால், ஆரம்பித்த சுரத்திற்கு ஆறாவது சுரமும், மூன்றாவது சுரமும் இன்னிசைக்குத் தீங்கு விளைவிக்கும். அதாவது இன்பம் பிறப்பிக்காமல் வெறுப்புண்டாக்கும்... நின்ற நரம்பிற்கு ஆறும் மூன்றும் பகை. அதாவது தொட்ட இராசிக்கு எதிர்நின்ற ஆறாம் ராசி பகை.

ச	ரி1	ரி2	க1	க2	ம1	ம2	ப
0	1	2	3	4	5	6	7

ச - ம2
0 - 6 மற்றும்
ச - க1 பகைச்சுரங்கள்
0 - 3

(நரம்பு - சுரம்; கூடம் - தீங்கு; நின்ற நரம்பு - தொடங்கிய சுரம்).

நட்புச் சுரம்

''நட்பு என்பது சிநேகம் என்று பொருள் படும். தொட்ட இராசிக்கு மேல் நாலாவது நாலாவதாக வரும் சுரங்கள் நட்புச் சுரங்களாம்.''

ச	ரி1	ரி2	க1	க2	ம1	ம2	ப
0	1	2	3	4	5	6	7

ச - க2
0 - 4 நட்புச் சுரம்

மேற்கண்டவாறு இசையின் பொருந்து சுரங்களைப் பண்டிதரே பண்டைய நூல்கள் மற்றும் உரைகளின் வழி விளக்கிக் கூறியுள்ளார். இது ஓர் அரிய முயற்சி என்றே கூறலாம். முயற்சியில் முழு வெற்றி கண்டுள்ளார்.

பன்னிரண்டு தான சுரங்கள்

இணை முறை மற்றும் கிளை முறையில் அதாவது ஏழாவது ஏழாவது சுரமாக அல்லது ஐந்தாவது ஐந்தாவது சுரமாக தொடுத்துச் சென்றால் ஓர் இயக்கின் (Octave) பன்னிரண்டு தான சுரங்களும் கிடைக்கும். இப்பன்னிரண்டு தான சுரங்களும் பன்னிரு பாலை என்றும், பன்னிரு வீடு என்றும், பன்னிரு நிலம் என்றும், தான சுரம் என்றும் பண்டைய தமிழர்களால் அழைக்கப்பட்டுள்ளது.

"....பன்னிருகால் திரிக்கப் பன்னிரு பாலையும் பிறக்கும்"

என்று சிலப்பதிகார அரங்கேற்றுக் காதை உரையில் கூறப்பட்டுள்ளது.

ச - ப முறையில் - சப, பரி2, ரி2த2 ... ம1ச எனவும், ச - ம முறையில் ம1ச, சப, பரி2 ...நி1ம1 எனவும் இசையின் பன்னிரு தான சுரங்களும் (Semitones) கிடைப்பதை பண்டிதர் மிகச் சரியாகவே (பக். 833) தம் ஆய்வில் கூறியிருக்கிறார்.

சித்திர எழுத்து (Staff Notation)

இசையை (இசைப் பாடல்) சுர எழுத்துக்களினால் குறிப்பது எல்லோருக்கும் பயன் தராது என்று பண்டிதர் குறிப்பிடுகின்றார்:

"இந்திய சங்கீதத்தில் நெடுநாள் உழைத்து மிகுந்த திறமை பெற்ற வித்துவ சிரோமணிகளுக்கு ஒரு இராகத்தில் வரும் சுரங்கள் இன்ன ரிஷபம், இன்ன காந்தாரம், இன்ன மத்திம தைவத நிஷாதங்கள் என்று சொன்னால் இராகத்தில் சஞ்சாரம் செய்து ஒருவாறு கானம் செய்வார்கள். அதோடு அவைகளைப் புத்தகத்தில் எழுதும் பொழுது மேற்படி சுரக் குறிப்புக்களை மாத்திரம் எழுதிக் கொண்டு மற்ற யாவையும் வசன நடை போல் தொடர்ந்து எழுதி

வைப்பார்கள். இப்படி எழுதி வைக்கப்பட்டவை சில சமயம், தேர்ந்த வித்துவான்களாலும் கண்டு கொள்வது கூடாததா யிருக்கும்... பல பாஷைகள் பேசும் ஜனங்களுக்கு ஒரு பாஷையின் எழுத்தினால் குறிப்பது சுலபமாயிராது. ஆகையினால் எல்லா ஜனங்களும் தெரிந்து கொள்ளக் கூடிய பொதுவான ஸ்டாப் நொட்டேஷனில் (Staff Notation) குறித்துக் கொள்வதே நல்லதென்று எண்ணுகிறேன்'' என்பார் பண்டிதர். பண்டிதர் Staff Notation முறையில் நான்கு பண்களில் பாடல்களை எழுதிக் காட்டி யுள்ளார் (பக். 921-922).

''...தாளத்தின் பெயரை மாத்திரம் எழுதி விட்டு அங்கங்கள் பிரித்துக் காட்டாமையினால் பல சந்தேகங்கள் உண்டாகும். இவ்வருத்தங்கள் யாவும் நீங்கி யாவரும் சுலபமாய் அறிந்து கொள்வதற்கு ஒரு நூதன முறையை உண்டாக்குவது மிகவும் அவசியமான காரியம்'' என்று நமது இசையில் தாளம் குறிக்கப் படும் முறையில் புதுமை வேண்டுமென்கிறார்.

தானம்

இசை இயங்கும் மூன்று தானங்கள் (Octaves) பற்றி பண்டிதர் ஆய்வு செய்து கூறியுள்ளார்:

மந்தரம், மத்தியம், தாரம் என்னும் ஸ்தாயிகள்

சிலப்பதிகாரம் அரங்கேற்று காதை பக்கம் 93.

"ஏனை மகளிருங் கிளைவழிச்சேர"

என்பது, இதனைப் பெண்டிர்க்குரிய தானமாகிய பதினாற்கோவையிலே பொருந்தக் கூட்ட வேண்டுமென்றவாறு, கூட்டும்படி.

"மேல துழையிளி கீழது கைக்கிளை
வம்புறு மரபிற் செம்பாலை யாயது

என்பது, உழை முதற் கைக்கிளை இறுதியாக மெலிவு நான்கும், சமம் ஏழும், வலிவு மூன்றுமாய் உழை முதலாக செம்பாலையா தென்க.

உழை முதல் கைக்கிளை இறுதியாக மெலிவு நான்கு சமம், ஏழு, வலிவு மூன்று என்று சொல்வதை நாம் கவனிக்கையில், உழையே குரலான பொழுது தாரத்துட்டோன்றும் உழை வரை அதாவது ச, ரி, க, ம என்ற நாலு சுரங்களும் மந்தர ஸ்தாயியாகவும் அதாவது மெலிந்த குரலாகவும், தாரத்துள் தோன்றும் உழை முதல் கைக்கிளை இறுதியாயுள்ள ஏழு சுரங்களும் மத்திய ஸ்தாயி அதாவது சமம் ஆகவும், தாரத்துள் தோன்றும் உழைக்கு மேல் கைக் கிளையில் தோன்றும் தாரம் வரை ப, த, நி என்ற மூன்று சுரங்களும் தார ஸ்தாயியாகவும் அதாவது வலிவாகவும் சொல்லுகிறார்.

''வலி மெலிவுஞ் சமனுமெல்லாம்
பொலியக் கோத்த புலமை யோனுடன்''

என்பது இப்படியானால், வலிவும் மெலிவும் சமனமெனப்படா நின்ற தான நிலையினுடைய இசைக் கூறுபாடுகளுக்கெல்லாம் நரப்படைவு கெடாமலும், பண்ணீர்மை முதலியன குன்றாமலும் புணர்க்க வல்லனாய், அப்புணர்ப்பிற்கமைந்த எழுத்துக்களால் இசை செய்ய வல்ல யாழாசிரியனுமென்றவாறு. நிறுத்தல் வேண்டிப் பொலியக் கோத்த புலமையோனென்க.

மெலிவு	சமம்	வலிவு
மந்தரம்	மத்தியம்	தாரம்
நி, ச, ரி, க	ம, ப, த, நி, ச, ரி, க	ம, ப, த
ம, ப, த, நி	ச, ரி, க, ம, ப, த, நி	ச, ரி, க

மேலே காட்டிய வரிசையில் முதல் வரிசையைப் பற்றிய விவரஞ் சொன்னோம். அதாவது நி, சி, ரி, க நாலும் கீழ் ஸ்தாயி என்றும், ம, ப, த, நி, ச, ரி, க என்ற ஏழு சுரங்களும் மத்திய ஸ்தாயி என்றும், அதற்கு மேல் ம, ப, த என்ற மூன்று சுரங்களும் மேல் ஸ்தாயி என்றும் காண்கிறோம். இரண்டாவது வரியில் ம, ப, த, நி என்ற நாலும் மந்தர ஸ்தாயியாகவும், ச, ரி, க, ம, ப, த, நி என்ற ஏழும் மத்திய ஸ்தாயியாகவும், ச, ரி, க என்ற மூன்றும் தார ஸ்தாயியாகவும் நமது வழக்கத்திலிருக்கிறது. இதையே மெலிவு, சமம், வலிவு என்று சொல்லுகிறார்.

இசைச் சுரங்களின் குறியீடு

ஏழு சுரங்களின் குறியீடுகள் குறித்து பண்டிதர் விரிவாக ஆய்வு செய்கிறார்.

ச ரி க ம ப த நி என்ற ஏழு சுரங்களின் பெயர் பூர்வ தமிழ்ப் பெயரே. சமஸ்கிருத பெயரல்ல என்பது.

சுரங்களைப் பற்றியும் சுருதிகளைப் பற்றியும் நான் எழுதி வரும் புத்தகத்தின் நோக்கமறியாத சிலர் தற்காலம் வழங்கி வரும் சங்கீத முறைகளை மாற்றியிருக்கிறேன் என்றும், மாற்றப் போகிறேன் என்றும் சமஸ்கிருத பாஷையில் எழுதிய சங்கீத ரத்னா கரரின் அபிப்ராயங்களை முற்றிலும் மாற்றி விட்டேன் என்றும் பல ஆக்ஷேபணை சொல்லித் தமிழில் தங்களைத் தேர்ந்தவர்களென்று சொல்லிக் கொண்டு, வேண்டுமென்றே தமிழ் மொழியோடு பல அன்னிய மொழிகளைக் கலந்தும் தமிழைக் கெடுத்துக் கொண்டிருக் கும் தமிழ் வித்வான்கள் சிலரைக் குதர்க்கம் செய்யும்படித் தூண்டி விட்டார்கள். அவர்கள் கேட்ட பல கேள்விகளுக்குத் தகுந்த பதில் அப்போதைக்கப்போது சொல்லியிருக்கிறேன்.

அதில் ஒருவர் 'ச ரி க ம ப த நி' என்ற ஏழு சுரங்களும், ஷட்ஜமம், ரிசபம், காந்தாரம், மத்திமம், பஞ்சமம், தைவதம், நிஷாதம் என்ற சமஸ்கிருத வார்த்தைகளிலிருந்து பிறந்திருக் கின்றன. சமஸ்கிருத உச்சரிப்பின்படி ச ரி க ம ப த நி என்ற ஏழு சுரங்களும் வழங்கி வருகின்றன. தாங்கள் இவைகளுக்கு நூதனமாய் வேறு பெயர்கள் கொடுத்து விட்டால் மிகவும் நன்றாயிருக்கும் என்று சொன்னார்கள். ஷட்ஜம, ரிஷப, காந்தார, மத்திம, பஞ்ச, தைவத, நிஷாதங்களிலிருந்தே ச ரி க ம ப த நி என்ற எழுத்துக்கள் வந்திருக்க வேண்டுமென்பது பலரும் எண்ணுவதினால் அவை அப்படியல்லவென்று தெளிவுறச் சொல்ல வேண்டியதாயிருக்கிறது. 826ம் பக்கத்தில் இவைகளைப் பற்றிச் சிறிது சொல்லியிருந்தாலும் இவைகளையும் சேர்த்துப் பார்ப்பது சந்தேக நிவர்த்திக்கு ஏதுவாகு மென்று எண்ணுகிறேன்.

ச ரி க ம ப த நி என்ற ஏழு சுரங்களின் பெயர்களும் முதல் முதல் தமிழ் மொழியிலேயே வழங்கி வந்தனவென்றும், சங்கீத

சாஸ்திரம் முத்தமிழில் ஒன்றாயிருந்ததென்றும் பல குறிப்புகளால் அங்கங்கே சொல்லியிருக்கிறோம். அவற்றுள்,

> **''ச ரி க ம ப த நி யென் றேழெழுத்தாற் றானம்**
> **வரிபரந்த கண்ணினாய் வைத்துத் — தெரிவரிய**
> **வேழிசையுந் தோன்று மிவற்றுள்ளே பண்பிறக்குஞ்**
> **சூழ்முதலாஞ் சுத்தத் துளை''**

என்று சிகண்டி மாமுனிவர் சொன்ன வெண்பாவைக் கவனிக்கும் பொழுது இடைச் சங்க காலத்திலேயே ச, ரி, க, ம, ப த, நி என்று ஏழு சுரங்கள் சொல்லும் வழக்கம் இருந்ததாகத் தெரிகிறது.

இடைச் சங்க காலத்திலிருந்து இவருக்கு முன்னும் முதற் சங்க காலத்தில் அகத்தியராலும் அவருக்கு முன்னிருந்த கலை வல்லோராலும் தமிழ் நாட்டிலேயே இயல், இசை, நாடக மென்னும் முத்தமிழும் வழங்கி வந்தனவென்று தெளிவாய் அறியக் கூடியதாயிருக்கிறது. அக்காலத்து நூல்கள் நமக்குக் கிடைக்க வில்லை. ஆனாலும், முதற் சங்கத்தில் வழங்கி வந்த முறைப்படியே இடைச் சங்க காலத்தும் வழங்கியிருக்க வேண்டும். அம்முறையையே சிகண்டி மாமுனிவரும் இடைச் சங்க காலத்திலும் சொன்னார்.

சமஸ்கிருத பாஷையில் சங்கீத நூல் எழுதிய ஐந்தாம் நூற்றாண்டிலிருந்த பரதர், பதின்மூன்றாம் நூற்றாண்டிலிருந்த சங்கீத ரத்னாகரர் போன்றவர்களுக்கு வெகு காலத்திற்கு முந்தியது இம்முறையென்று அறிவோம். அபூர்வமாயுள்ள தமிழ் நாட்டிற்குப் பேச்சுப் பழக்கத்திலில்லாத ஏட்டு மொழியைக் கொண்டு வந்த ஆரியர் தமிழ் நாட்டில் வழங்கும் பல கலைகளையும் தங்கள் பாஷையில் திருப்புவதற்காக அரிய வேலைகள் செய்து வந்தார்கள். அவர்களில் சங்கீத ரத்னாகரர் ஒருவர். அவர் தமிழ் மொழியில் வழங்கும் சங்கீதத்திற்கு நூல் எழுதுகையில் தமிழ் நூலுக்கும் சமஸ்கிருத நூலுக்கும் வித்தியாசம் தோன்றும்படி பல காரணப் பெயர்களையும் கதைகளையும் சொல்லியிருந்தாலும் அவைகள் முற்றிலும் பொருந்தாதவைகள் என்று தெளிவாக அறிகிறோம். உதாரணமாக, திருவெண்காடு (சுவேதாரணியம்), மறைக்காடு (வேதாரணியம்), திருவையாறு (பஞ்சநத க்ஷேத்திரம்), குடமூக்கு

(கும்பகோணம்), திருவாவடுதுறை (கோமுக்தி க்ஷேத்திரம்), திருவிடைமருதூர் (மத்தியார்ச்சுனம்), புலியூர் (வியாக்கிரபுரம்), சிற்றம்பலம் (சிதம்பரம்), தாயுமானவர் (மாதர்பூதீஸ்வரர்) முதலியவை தமிழ் வார்த்தையின் நேரான மொழிபெயர்ப்பென்றும் அறிவோம். இவைகளைப் போலவே இதன் முன்னும் இராகங்களின் பெயர்களை மாற்றி வைத்திருப்பதாகச் சொல்லியிருக்கிறோம். கருணாமிர்த சாகரம் முதல் புத்தகம் மூன்றாம் பாகம் 621-625ஆம் பக்கம் வரை காண்க.

மாற்றிய ஊர்ப் பெயர்களைக் கவனிக்கையில் அவைகள் பூர்வமாய் மிகப் பரிசுத்தமாக எண்ணப்பட்டனவென்றும் கடவுளருள் பெற்ற பெரியோரால் பாடல் பெற்றவையென்றும் தமிழ் மக்களால் கொண்டாடப்பட்டவையென்றும் நாம் அறிவோம். திருவையாறு என்னும் சொல் ஐந்து பரிசுத்தமான நதிகள் ஓடும் இடம் என்று பொருள் படுகிறது. இதையே பஞ்சநத க்ஷேத்திரமென்று பெயர் மாற்றி வழங்கினாலும், தற்கால தமிழ் மக்கள் வழங்கி வருகிற பெயர் அபூர்வத் தமிழ் மக்கள் வழங்கி வந்த பழைய பெயரே யொழிய சமஸ்கிருதத்திலிருந்து வந்த பெயரல்லவென்று தெளிவாக அறிவோம். அப்படியே அதில் எழுந்தருளிய தெய்வத்திற்கு ஐயாறப்பன் என்று பெயர் வழங்குகிறதே.

இசைத் தமிழில் வழங்கி வரும் ச ரி க ம ப த நி என்ற ஏழு குறிப்பெழுத்துக்களின் விபரம் இசைத் தமிழ் நூலில் விரிவாய்ச் சொல்லியிருக்கலாம். அவைகள் இப்பொழுது கிடைக்காததனால் நாம் பல விதமாய் நினைக்க ஏதுவாகிறது. சங்கீத ரத்னாகரர் ஷட்ஜமம், ரிஷபம், காந்தாரம் என்னும் சுரங்களுக்கு ஒரு விதமாகவும் மத்திமம், பஞ்சமம் என்னும் சுரங்களுக்கு வேறு ஒரு முறையாகவும் தைவதம் நிஷாதங்களுக்கு மற்றொரு விதமாகவும் காரணம் காட்டிப் பெயர் கற்பித்தார்.

மத்தியாய் வருவதனால் அதாவது ஆதார சட்ஜத்துக்கும் மேல் சட்ஜத்துக்கும் நடுவிலுள்ள தந்தியில் சரி பாதியில் வருவதால் மத்திமம் என்கிறார்.

ஏழு சுரங்களில் ஐந்தாவதாய் வருவதானால் பஞ்சமம் என்றார். ஆனால், அரை சுர முறைப்படி ஏழாவதாக வருகிறது. இது

போலவே நாலாவதாவும் ஆறாவதாகவும் முதலாவதாகவும் கடைசியாகவும் வருவதற்கும் பெயர் கற்பித்திருந்தால் நன்றாயிருக்கும்.

இன்னும் ரிஷபத்தின் குரல் ஒத்திருப்பதனால் ரிஷபம் என்றார். மற்றைய எழுத்துக்களுக்கும் இது போலக் காரணம் காட்டி யானையின் (கஜம்) குரலை ஒத்திருப்பதால் நிஷாதத்தை க என்றும், குதிரையின் (அஸ்வம்) குரலை ஒத்திருப்பதால் தைவதத்தை அ என்றும், குயில் (கோகிலம்) ஓசையை ஒத்திருப்பதால் பஞ்சமத்தை கோ என்றும், கிரவுஞ்ச பட்சியின் ஓசையை ஒத்திருப்பதால் மத்திமத்தை கி என்றும், மயிலின் (மயூரம்) ஓசையை ஒத்திருப்பதால் ஷட்ஜமத்தை ம என்றும் சொல்லலாமே. இது போல் இவ் வெழுத்துக்களை முதலாகத் தொடங்கும் வார்த்தைகள் எத்தனையோ இருக்கின்றனவே.

மேலும் க ச ட த ப ற என்ற வல்லெழுத்துகள் மெல்லெழுத்துக்களோடும் இடை எழுத்துக்களோடும் மற்ற உயிர்மெய் எழுத்துக்களோடும் மொழிக்கு முதலிலும் நடுவிலும் ஓசை மாறுபட்டு வெவ்வேறு விதமாய் உச்சரிக்கப்படுவதை அறியாமல் ஏழு சுரங்களின் முதல் சுரமான ஸ சமஸ்கிருத எழுத்தாயிருக்கிறதனால் சமஸ்கிருதத்திலிருந்தே சுரங்கள் வந்திருக்க வேண்டுமென்றும் அநேகர் சொல்லிக் கொள்ளுகிறார்கள்.

ஷட்ஜமம் என்பது ஆறு சுரங்களை அடக்கிக் கொண்டிருப்பதென்றும் ஆறு இடங்களிலிருந்து பிறப்பதினால் அதற்கு ஷட்ஜமம் என்று பெயர் வந்ததென்றும் ஆகையினால் சுரங்கள் சமஸ்கிருதத்திலிருந்து வந்தனவென்றும் பலர் சொல்லிக் கேட்டிருக்கிறேன். சற்றுக் கூர்ந்து கவனித்தால் அப்படியில்லை என்பது தெளிவாகத் தெரியும்.

எப்படி என்றால் ஷட்ஜமம் என்பதிலுள்ள ஷடு, ஷட்வர்க்கம், ஷடூர்மி, ஷட்ராகம், ஷஷ்டி என்னும் வார்த்தைகளில் போல ஆறு என்னும் பொருளைக் குறிக்கின்றது. ஜம் என்பது பிறக்கிறது; பிறப்பிக்கிறது; பிறக்கிறதற்கு இடமாயிருக்கிறது என்று அர்த்தமாம். ஷட்ஜமத்திலிருந்து ச ரி க ம ப த நி என்ற ஏழு சுரம் பிறந்தால் மாத்திரம் ஒரு ஸ்தாயி பூரணமாகும். முதல் ஆதார ஷட்ஜமம்

தாயானால் அதிலிருந்து ச ரி க ம ப த நி என்ற ஏழு சுரங்களும் பிள்ளைகளாகப் பிறக்கும். ஏழு பிள்ளைகளிலிருந்து தாயையொத்த ச என்ற பெண்ணினால் மற்றும் ஏழு சுரங்கள் பிறக்கும். தாயைப் போல ஒரு பெண் குழந்தை பிறக்காமல் போனால் தார ஸ்தாயியும் மந்தர ஸ்தாயியுமில்லாமல் போகுமே.

மேலும் ஷட்ஜமம் ஆறு இடத்திலிருந்து பிறக்கிறதென்று சொல்லுகிறார்கள். பாஷையின் எழுத்துக்கள் பலவும் ஆறு இடங்களின் உதவியினால் உச்சரிக்கப்படுகின்றனவென்று சொல்லி யிருக்கிறார்கள். ஆனால் ஷ என்ற எழுத்து ஆறு இடத்திலிருந்து உண்டாகிறதாகச் சொல்லப்படவில்லை. அடித் தொண்டை, உண்ணாக்கு, நுனி நாக்கு என்னும் மூன்று முக்கியமான இடங்களில் இரண்டொரு அங்கங்கள் சேர்ந்து ஓசைகள் பிறக்குமேயொழிய ஆறு இடங்களிலுமிருந்தும் ஒரு எழுத்துப் பிறப்பது கூடாத காரியம்.

மேலும் ஷட்ஜமம் என்ற வார்த்தையின் முதல் எழுத்துக்கும் ஸ ரி க ம என்ற சுரங்களின் முதல் எழுத்துக்கும் எவ்வித சம்பந்தமு மில்லை. ஷ, ஸ வாக வழங்குகிறதற்கு எவ்வித ஆதாரமுமில்லை. ஆனால் ச என்ற தமிழ் எழுத்து ஸ வாக மெலிந்து வருகிறதற்குப் பல உதாரணம் சொல்லியிருக்கிறேன் (கருணாமிர்த சாகரம் முதல் புத்தகம் நான்காம் பாகம் 826ம் பக்கம் காண்க). தமிழ் வழக்கின்படி ஸ என்று வரலாமேயொழிய சமஸ்கிருத முறைப்படி அப்படி வருவதற்கு கொஞ்சமேனும் நியாயமில்லை.

ரிஷபம் என்ற வார்த்தையிலிருந்து ரி என்ற மெய்யெழுத்து வருவதற்கு எவ்வித ஆதாரமுமில்லை. காந்தாரம் என்ற சொல்லின் முதல் எழுத்து க என்று வருவதற்கும் தைவதம் என்ற வார்த்தையின் தை என்ற முதல் எழுத்து த என்று ஆவதற்கும் ஆதாரமில்லை. இதனால் ச ரி க ம ப த நி என்ற எழுத்திற்குக் காரணம் கற்பிக்க வந்தவர் சொல்லிய காரணம் சரியானதல்லவென்று தோன்றுகிறது.

இதோடு க, ப, த என்னும் சுரங்கள் சமஸ்கிருத எழுத்துக் களின் மூன்றாம் ஓசையை உடையவைகளாக வழக்கத்திலிருக் கின்றன. இதனால் சமஸ்கிருதத்திலிருந்தே சுரங்கள் வந்திருக்க வேண்டுமென்பது யாவரும் எண்ண இடமாகிறது. ஆனால்

வல்லெழுத்தின் ஓசை முன்பின் வரும் மெல்லெழுத்தால் சமஸ்கிருத எழுத்துக்களின் ஓசை போல் உச்சரிக்கப்படுகிறதென்று இதன் முன் கருணாமிர்த சாகரம் முதல் புத்தகம் இரண்டாம் பாகம் 392ஆம் பக்கத்தில் பல உதாரணங்களோடு சொல்லியிருக்கிறோம்.

காந்தாரம், தனக்குப் பின் வரும் ம என்ற மெல்லெழுத்தாலும் பஞ்சமம் தனக்கு முன் வரும் ம என்ற மெல்லெழுத்தாலும் தைவதம் தனக்குப்பின் வரும் ந என்ற மெல்லெழுத்தாலும் ஓசை மாறுவதையும் இது போல அநேக இடங்களில் ஓசை மாறி தமிழில் வெகு வார்த்தைகள் பூர்வ காலந்தொட்டு வழங்கி வருவதையும் கவனித்தால் இச்சந்தேகம் நீங்கி விடும்.

சப்த சுரங்களைப் பற்றி
மகா-ள-ள-ஸ்ரீ நராயண சாஸ்திரிகள் அபிப்பிராயம்

சுரங்களின் ஓசைகளைப் பற்றி நான் ஒருவாறு சொல்லியிருந்தாலும் இவைகளை ஆராய வேண்டுமென்று திருவையாறு Sanskrit College Senior Professorஆன மகா-ள-ள-ஸ்ரீ நாராயண சாஸ்திரி அவர்களுக்குத் தெரிவித்து சங்கீத ரத்னாகரர் எழுதிய இரண்டு புஸ்தகத்தையும் கொடுக்க அவர்கள் அவ்வாறே ஆராய்ந்து எழுதியிருக்கும் கடிதம் பின்வருமாறு:

''மகா-ள-ள-ஸ்ரீ ராவ் சாயப் M. ஆபிரகாம் பண்டிதர் அவர்கள் நன்கு ஆராய்ந்து இப்போது இயற்றிய கருணாமிர்த சாகரமெனும் சங்கீத சாஸ்திரத்தை நன்றாய் உணர்ந்த சாரங்க தேவர் செய்த சங்கீத இரத்னாகரத்தை ஆராய்ந்து பார்த்ததில் தோன்றிய விளக்கத்தை உலகத்தோர்கள் அறியப் பிரசுரப்படுத்துகிறேன். அதாவது:—

சாரங்க தேவர் விவரித்த ச, ரி, க, ம, ப, த, நி என்கிற ஏழு சுரக் குறிகள் காரணப் பெயருள்ளவைகளென்பது, இடுகுறிப் பெயர் என்று மெய்ப்பித்துவிக்கிற B.C.இலிருந்த சிகண்டி மாமுனிவர் அருளிச் செய்த இசை நூலுக்கு விரோதப்படுகின்றது. அன்றியும் ஷட்ஜா என்கிற பதத்திலிருந்து ச வும் ருஷப என்கிற பதத்திலிருந்து ரி யும், காந்தார என்கிற பதத்திலிருந்து க வும் மத்திம என்கிற பதத்திலிருந்து ம வும், பஞ்சம என்கிற பதத்திலிருந்து ப வும்,

தைவத என்கிற பதத்திலிருந்து த வும், நிஷாத என்கிற பதத்திலிருந்து நி யும், வந்தன என்று உரைக்கில் ஷ என்கிற சமஸ்கிருத அட்சரம் ஸ என்கிற மாறுதலை அடைவதற்கும் ரு என்கிற சமஸ்கிருத உயிர் எழுத்து ரி என்று சமஸ்கிருத மெய்யெழுத்தாக மாறுகிறதற்கும் கா என்கிற தீர்க்கம் க என்று குறுகுவதற்கும், தைவத என்பதில் த என்று அகார வடிவமைந்து வருவதற்கும் யாதொரு சமஸ்கிருத வியாகரண பிரமாணம் காண முடியாமையாலும் ஷட்ஜ முதலிய ஏழு பதங்களும் காரணச் சொற்கள் என்று காட்டுவதற்காக ரிஷப, காந்தார, தைவத என்கிற மூன்று பதங்களின் பொருள் ஆராய்ச்சியில் சுரங்களை சம்மந்தித்தவைகளாகவே சாரங்க தேவர் விவரிப்பதால் ஷட்ஜம, மத்திம, பஞ்சம, நிஷாத என்கிற உரைகள் சுரங்களையே சம்மந்தித்ததெனக் கூறுவது கிரமமில்லாமையும் அபந்நியாயத்தை யும் ஷண்ட, ருதம், காத்ரம், மதுரம், பட்டலம், தைரியம் முதலான சமஸ்கிருத பதங்களில் முதல் அக்ஷரமாக அதிப்பிரசங்கிப்பதாலும் திராவிடர்கள் அமைத்த இடுகுறிப் பெயரை மாற்றுவதற்கெடுத்த புரட்டுபாயமென்று தீர்மானிக்கப்படுகிறது.

ச, க, த என்கிற ஓசைகள் தமிழ்ப் பாஷைக்குரியதல்லா விடிலும் கிரந்தாட்சரத்தில் பழைய சாம வேத ஏடுகளில் ஹ-ம் என்று எழுதியது ஹிம் என்று ஒலிப்பது போல் தமிழிலும் சிற்சில சந்தர்ப்பங்களில் ச, க, த, ஜ, த, ப, ட, ப ஒலிப்பது திட்டமென்று Mr. Rao Sahib பண்டிதர் அவர்கள் ஷி கருணாமிர்த சாகரத்தில் எடுத்து விவரித்திருப்பது மிக வியக்கத் தக்கது. மதங்கர் முதலியவர்கள் உரைத்தாலும் நியாயத்திற்கு இசையாமையால் மூட பக்தியை மாத்திரம் முன்னிட்டு இந்த இருபதாம் நூற்றாண்டின் நாகரீகத்தில் நிலைநிறுத்த முடியாது. நாரதர் முதலிய மாமுனி வர்கள் அருளிச் செய்த சமஸ்கிருத சங்கீத நூல்கள் பிற்காலத்திய வைதீக சமஸ்கிருத பண்டிதர்கள் சங்கீதத்தை துவேஷித்ததால் புலப்படாது உண்மையில்லாமையை தாக்குவதாயிற்றென்று திட்டமாய் எடுத்துரைக்கத் துணியலானேன்.

(ஒப்பம்) நாராயண சாஸ்திரிகள்

பல்வகை யாழ்

சிலப்பதிகார உரைப்பாயிரத்தில் பேரியாழ் பற்றிய குறிப்பு வருகிறது. உரையாசிரியர் பெருங்கதைப் பாடலை மேற்கோளாகக் காட்டியுள்ளார்.

அடுத்து அரங்கேற்றுக் காதை உரையில் யாழின் நால்வகை பற்றிக் குறிப்பிடுகின்றனர் உரையாசிரியர். அவை பேரியாழ், மகர யாழ், சகோட யாழ், செங்கோட்டி யாழ். பண்டிதர் செங்கோட்டி யாழ் பற்றி ஆய்வு செய்து எழுதியுள்ளார்:

''இதில் செங்கோட்டி யாழ் என்பது செவந்த மரத்தால் செய்யப்பட்ட ஏழு தந்திகளுடன், அதாவது இசை நரம்புகள் நாலும், பக்க நரம்புகள் மூன்றும் உடையதாய் தற்காலத்தில் நாம் வழங்கி வரும் வீணை என்பதாகத் தெரிகிறது... தற்காலத்தில் பலா மரத்தில் செய்யப்பட்டு வருகிறது. வடபாஷையில் அது வீணை என்று அழைக்கப்படுகிறது.''

பண்டிதரின் மேற்கண்ட கருத்தை அதாவது பண்டைய செங்கோட்டு யாழே இன்றைய வீணை என்று நிலைநாட்ட பண்டிதரின் மகன் வரகுண பாண்டியன் ''பாணர் கைவழி'' என்று ஒரு விரிவான நூலை எழுதியுள்ளார். அதில் பற்பல சான்றுகள், மேற்கோள்கள் மூலம் பண்டிதரின் கருத்துக்கு வலுச் சேர்த்திருக்கிறார்.

யாழ் வாசிக்கும் முறை

சிலப்பதிகாரம், சீவக சிந்தாமணி, பெருங்கதை போன்ற காப்பியங்களிலும், ஒன்றிரண்டு பாடல்களே கிடைக்கும் மறைந்த பழம் நூல்களிலும் உரையாசிரியர் கூற்று மற்றும் மேற்கோள் பாடல்களிலும் யாழ் வாசிக்கும் முறை மற்றும் யாழில் எழால்கள் (கமகங்கள்) உருவாக்கும் முறை பற்றியெல்லாம் குறிப்பிடப் படுகின்றன. சிலப்பதிகார வேனில் காதை, கானல் வரி, அரங்கேற்று காதை மற்றும் பிங்கல நிகண்டுகளில் யாழ் மீட்டும் முறை, எண் வகையால் எழால் எழுப்பு முறை என்றெல்லாம் மிக விரிவாகவே கூறப்பட்டுள்ளது. உரையாசிரியர்கள் இன்னும் விரிவுபடுத்தி

தமிழிசை இலக்கணக் கருவியான யாழ் (வீணை) பற்றி மிக விரித்து உரைத்துள்ளனர்.

தமிழர் கூத்து, நாட்டியம் (பக். 602-614) வரை பண்டிதர் விளக்கமாகக் குறிப்பிடுகின்றார். தென்னிந்தியக் கருவிகள் (பக். 614) பற்றியும், தென்னிந்தியாவில் வழங்கி வந்த தாளங்கள் பற்றியும் (பக். 615-616), தமிழிசையின் சிறப்புக் கூறான ஆளத்தி (ஆலாபனை) பற்றியும் (பக். 617-619), பண்டிதர் தொடாத இசைப் பகுதி எதுவும் இல்லை என்று கூறத் தக்க வகையில் இசையின் எல்லாக் கூறுகள் பற்றியும் தமது பெருநூலான கருணாமிர்த சாகரத்தில் பண்டிதர் ஆய்வு செய்து விளக்கமாகக் கூறி இருக்கின்றார்.

கருணாமிர்த சாகரம் - இரண்டாம் தொகுதி

பண்டிதர் தம்முடைய முதல் நூலுக்கு 'கருணாமிர்த சாகரம் இசைத் தமிழ் நூல் - முதல் புத்தகம்' என்றே பெயர் சூட்டியுள்ளார். குறிப்புகள் எடுத்தும் கைப் பிரதியுமாக இரண்டாவது (தொகுதி) புத்தகம் ஆயத்தமான நிலையில் இருந்த போது பண்டிதர் திடீரென இயற்கை எய்தினார். பண்டிதரின் துணைவியார் கோயில் பாக்கியம் அம்மையாரால் கைப்பிரதி எடுத்து வைக்கப்பட்டதைப் பண்டிதரின் மூத்த மகன் சுந்தர பாண்டியன் மற்றும் மகள் மரகதவல்லி 1946ஆம் ஆண்டு வெளியிட்டுள்ளனர். இதில் இராகஸ்புட முறை (பண் உருவாக்க முறை), கீதம், கீர்த்தனங்களுக்கு இசை உரு (பண்) அமைக்கும் முறை பற்றியும் விரிவாகப் பண்டிதர் கூறியிருக்கிறார்.

கருணாமிர்த சாகரத் திரட்டு

பண்டிதரின் இசைப் பாடல்களைத் திரட்டித் தந்த நூல். இதன் முதல் தொகுதியில் 96 பாடல்கள் உள்ளன. பண்டிதரின் மூத்த மகன் சுந்தர பாண்டியன் இந்நூலை வெளிக் கொண்டு வந்துள்ளார். பின்னர் ஏனைய பாடல்களைத் தொகுத்து, இதனுடைய இரண்டாம் தொகுதியும் வந்துள்ளது.

முடிவுரை

பண்டிதரின் இசை ஆய்வுப் பணியானது ஓராயிரம் ஆண்டுகள் சென்றபின் முதன்முதலில் அவர் செய்த பணி. ஆதார நூலாகவும், கருவி நூலாகவும், இசை ஆய்வாளர்களுக்கு இன்றளவும் பயன்பட்டு வரும் இசையியல் நூல். 'யாழ் நூல்' படைத்த விபுலானந்த அடிகளாருக்கும், 'பாணர் கைவழி' உருவாக்கிய வரகுண பாண்டிய ருக்கும், 'சிலப்பதிகாரத்து இசை நுணுக்கம்' எழுதிய முனைவர் எஸ். இராமநாதனாருக்கும், 'பழந்தமிழிசை' நூல் செய்த கு. கோதண்ட பாணியாருக்கும், 'திராவிட இசை' படைத்த தண்டபாணி யாருக்கும், 'பழந்தமிழிலக்கியத்தில் இசையியல்' என்ற ஆய்வு நூல் செய்த வீ.ப.கா. சுந்தரனாருக்கும், 'தமிழிசைப் பேரகரராதி'யை உருவாக்கிய நா. மம்மதுவிற்கும் பெரிதும் வழிகாட்டிய முதல் ஆய்வுப் பெருமகனார் நமது பண்டிதரே. அவருடய படைப்புகள் இன்றைய ஆய்வாளர்களுக்கு மட்டுமல்ல, எதிர்கால ஆய்வார்களுக் கும் ஒரு கருவி நூலாகவே அமையும். இப்பெருமகன் போல் பல்துறை அறிஞர் ஒருவரை உருவாக்க தமிழன்னை ஓராயிரம் ஆண்டுகள் தவம் செய்வாள் போலும்!

அனைத்துலகிலும் வாழும் தமிழறிந்த நல்லறிஞர்களுக்கான ஒரு வேண்டுகோளுடன் இந்நூலைத் தற்காலிகமாக முடிக்க நினைக்கிறேன்.

'கருணாமிர்த சாகரம்' பண்டிதர் அரும்பாடுபட்டு, நாற்ப தாண்டு கால இசைத் தோய்வில், பதினைந்து ஆண்டு கால கடின உழைப்பில் (இதனால் நாற்பதாவது வயதிலேயே, பண்டிதருக்கு அவர் ஒரு சிறந்த மருத்துவராயிருந்தும் சரி செய்ய முடியாத அளவுக்கு அவருடைய கண் பார்வை மங்கத் தொடங்கியது; இறுதி நாட்களில் இது மிக மோசமான நிலையை அடைந்தது) உரு வாக்கிய நூல்; 1346 பக்கங்களுக்கு மேற்கொண்ட அரும் நூல்; இப்பெருநூலுக்கு தமிழ் இலக்கண வித்தகம், இலக்கிய நயம் நனி சொட்டச் சொட்டப் பேசுவோர் 'சுருக்க நூல்', 'வழி நூல்', 'ஆய்வு

நூல்', 'பன்முக வாசிப்பு' கொண்டு வரும் கடமை கொண்டவர்கள். நல்லறிஞர்கள் அதற்கான முயற்சி மேற்கொள்ளல் வேண்டும்.

ஆய கலைகளில் இசைக் கலையானது முதன்மையான இடத்தைப் பெறுவது. அதன் நுட்பங்கள், ஆய்வுகள் சராசரி மனித னுக்கு ஏன் அறிஞனுக்கும் கூட கொஞ்சம் இடர்ப்பாடுதான். இந் நூலில் முடிந்த அளவு அதைக் குறைக்க முயற்சித்திருக்கிறேன். இருப்பினும் பெருமைமிகு நம் முன்னோர்களின் 'வைப்பு நிதிகள்' குறித்து நாம் கொஞ்சமாவது சிரமப்பட்டு அறிந்து கொள்ளல் வேண்டும்.

துணை நூற் பட்டியல்

1. கருணாமிர்த சாகரம், மு. ஆபிரகாம் பண்டிதர், லாலி அச்சுக் கூடம், தஞ்சாவூர், 1917.

2. கருணாமிர்த சாகரம் - இரண்டாம் நூல் - மு. ஆபிரகாம் பண்டிதர், லாலி அச்சக்கூடம், தஞ்சாவூர், 1946.

3. கருணாமிர்த சாகரத் திரட்டு - முதலாம் பாகம் & இரண்டாம் பாகம் - மு. ஆபிரகாம் பண்டிதர், லாலி அச்சுக் கூட்ம், தஞ்சாவூர், 1934.

4. தமிழிசை வளம் - வீ.பா.க. சுந்தரம், பதிப்புத் துறை, மதுரை காமராசர் பல்கலைக் கழகம், 1985.

5. தமிழிசைக் கலைக் களஞ்சியம் - முதல் தொகுதி - வீ.ப.கா. சுந்தரம், பதிப்புத் துறை, பாரதிதாசன் பல்கலைக் கழகம், திருச்சி, 1992.

6. பழந்தமிழ் இலக்கியத்தில் இசையியல் - வீ.ப.கா. சுந்தரம், தென்னிந்திய சைவ சித்தாந்த நூற்பதிப்புக் கழகம், சென்னை, 1986.

7. தமிழிசை வேர்கள் - நா. மம்மது, எதிர் வெளியீடு, பொள்ளாச்சி, 2008.

8. தமிழிசைத் தளிர்கள் - நா. மம்மது, தமிழோசைப் பதிப்பகம், கோயம்புத்தூர், 2006.

9. தமிழிசைப் பேரகராதி - நா. மம்மது, இன்னிசை அறக் கட்டளை, மதுரை, 2010.

10. பண்டிதரின் தமிழிசைத் தொண்டு, குறிஞ்சி வெளியீடு, திருநெல்வேலி, 2003.

11. தமிழிசை வளர்த்த தஞ்சை இராவ் சாகேப் ஆபிரகாம் பண்டிதர் - ஆலிவ் ஃபெலிசியா ஆர் ஜேக்கப், நண்பர் நகர், கடலூர், 2000.

12. ஆபிரகாம் பண்டிதர் அறக் கட்டளைச் சொற்பொழிவு - பதிப்புத் துறை, தமிழ்ப் பல்கைகல் கழகம், தஞ்சாவூர், 2000.

13. மு. ஆபிரகாம் பண்டிதர் - து. தனபாண்டியன், கிறிஸ் பதிப்பகம், தஞ்சாவூர், 1984.

14. தமிழன்பன் ஆபிரகாம் - ஏ.எஸ். தவப் பாண்டியன், தஞ்சாவூர்.

15. A Book on Srutis - M. Abraham Pandithar, Lawlay Electric Printing Press, Tanjore, 1917.

16. Dictionary of South Indian Music and Musician - Prof. P. Sambamoorthy, The Indian Music Pub. House, Chennai, 1984.

17. Musical Spring - Dr. Anand Amaladass, Satya Nilayam Publications, Chennai, 2007.

பின் இணைப்பு 1

இராகம்: தீர சங்கராபரணம் தாளம்: ஏக

பல்லவி

இல்லான் எந்தனுக்கு என்றும் நிறைவாய்
எல்லாம் தந்த உனை என்றும் துதிப்பேன்

அனுபல்லவி

உனை என்றும் துதிப்பேன் ஏற்றுக் கொள்ளுவாய்
வினை மாற்றிய உந்தன் செயல் போற்றிப் புகழ்வேன்

சரணங்கள்

பரதேசி போலலைந்தேன் பாதம் பட்ட இடமெல்லாம்
அரசாள அன்பு வைத்து அனந்தகாலம் இருத்தி நிலை (இல்லான்)

2

கோலும் கையுமாக வந்த கோலமெல்லாம் நீ தவிர்த்து
பாலும் தேனும் ஓடும் கானான் பாக்கியத்தைத் தந்து பொருள்
(இல்லான்)

பாரம்பரிய பாடல்கள்

இவற்றைத் தவிர ஆபிரகாம் பண்டிதர் பரம்பரைப் பாடல்கள் மெட்டுகளிலும் பாடல்கள் இயற்றியுள்ளார். திருமணங்களில் இன்றும் லாலி பாடல்கள், நலங்கு பாடல்கள் பாடப்படுகின்றன. மணமகனையும் மணமகளையும் ஊஞ்சலில் அமர்த்தி உற்சாகமாக ஆட்டி லாலி பாடுவர். பெண்கள் பாடும் போது நாதஸ்வர வித்வானும் சேர்ந்து கொள்ளுவார். அதைப் போல் ஆபிரகாம் பண்டிதர் இறைவனைத் தன் உள்ளமாகிய ஊஞ்சலில் அமர்த்தி உந்தி உந்தி ஆடுமாற் போல் லாலி பாடுகின்றார்.

இராகம்: நவ்ரோஜ்   தாளம்: ரூபகம்

1. வானம் பூமியாயும் செய்த வல்வா தேவா
   ஏழையுருவாக வந்த இன்பமே
   வாவா லாலி லாலையா லாலி

2. மல்லிகை முல்லை மகிழ் பன்னீர் ரோஜா
   செல்வ வனம் பூ மலர
   சிறந்திருக்கும் இராஜா லாலிலைலால லாலி
   பஞ்சவர்ண கிளிகள் கொஞ்ச பவம் யாவும் துஞ்ச
   தஞ்சமென்றோர் மிஞ்ச மிஞ்ச
   தயாளுவென்று கெஞ்ச லாலிலாலையா லாலி

எனத் தன் வீடு தேடி வந்த இறைவனுக்கு லாலி பாடினார்.

திருமணங்களில் பாடப்படும் தெய்வ கானங்கள்

இன்று கிறிஸ்தவர்களின் திருமணங்களில் பாடப்படும்

'மங்களம் செழிக்க கிருபை யருளும் மங்கள நாதனே'

'ஆசீர்வதியும் கர்த்தரே ஆனந்த மிகவே'

போன்ற பாடல்கள் ஆபிரகாம் பண்டிதர் இயற்றிய பாடல்களே.

திராவிட மொழியில் சாகித்தியங்கள்

இவை தவிர தெலுங்கு, கன்னட, சமஸ்கிருத சாகித்தியங்கள் ஆபிரகாம் பண்டிதரால் தமிழில் இயற்றப்பட்டன. உதாரணமாக பிலஹரி சுரஜதி.

இது முதன்முதலாக ஜதிசுரமாக இயற்றப்பட்டது. இதன் அமைப்பு சிறப்பாக இருந்ததால் கவிஞர்கள் 'ராரா ஸ்ரீ வேணு கோபாலா மங்களம் ஸ்ரீரங்காதீச' என்றெல்லாம் தெலுங்கு மொழியில் இயற்றிப் பாடினர்.

இந்தப் பிரசித்தி பெற்ற தெலுங்கு பாடல்களுக்கு தஞ்சை மு. ஆபிரகாம் பண்டிதரவர்கள் தமிழில் சாகித்தியம் செய்து

'வாரும் தேவ தேவா இங்குவாரும் உமதடிமை மன மகிழ'

என்று எல்லோரும் பாடி மகிழும்படிச் செய்தார்.

அதைப் போன்றவைகளே பியாகடை இராக சுரஜதியும் ஹேமவதி இராக சுரஜதியும்.

பியாகடை   இராக சுரஜதி

காருண்ய குருபரனே மா
கருணையாயிரங்கி எனது பாவம் பரிகரி

ஹேமவதி   இராக சுரஜதி

நாத நற்சொரூபா நயகீத நற்பெருமா
நித்திய கர்த்தனுன் நன்னடி போற்றினேன்
நித்திய நின்னருள் தா

தன்னை ஆதரித்து காப்பாற்ற இறைவனை வேண்டி பாடிய பாடல்

இராகம்: சங்கராபரணம்   தாளம்: ஆதி

பல்லவி

ஆதரித்தே ஆளுவாய்
ஆதரமுனை யன்றி வேறில்லை

சரணங்கள்

ஆதரிப்பாய் ஆனந்தனே
ஆருமில்லேன் அருள்கரனே
அறிவில்லாத பேதை நான் எனை - ஆதரித்தே

3

நெஞ்சுதனில் நஞ்சு நிறை
வஞ்சகன் செய் சஞ்சலத்தால்
கெஞ்சுகின்றேன் அஞ்சலென்றனை - ஆதரித்தே

5

பட்சம் வைத்தே ரட்சை செய்வாய்
துட்டரிடும் கொட்டமதால்
நட்டமண்டாது கிட்ட நின்றெனை - ஆதரித்தே

துயரால் துன்புறும் ஆபிரகாம் பண்டிதருக்கு ஒரு முறை இறைவன் காட்சியருளினார். அப்போது வேதாகமத்தில் இயேசு குழந்தையைக் கையில் எடுத்து ஆனந்த பரவசமடைந்த சிமியோனைப் போல.

இராகம்: பேஹாக்   தாளம்: ஆதி

பல்லவி

கண்டேன் என் கண்குளிர கர்த்தனை இன்று

அனுபல்லவி

கொண்டாடும் விண்ணோர்கள் கோமானைக் கையிலேந்தி

சரணங்கள்

1

அண்டாண்ட புவனங்கள் கொண்டாட மாய்
சண்டாளன் சிறை மீட்கும் சத்தியனை நித்தியனை - கண்டேன்

2

பெத்லகேம் சத்திர முன்னையில்
உற்றோருக் குயிர் தரும் உண்மையாம் என் ரட்சகனை - கண்டேன்

3

தேவாதி தேவனை தேவசேனை
ஓயாது ஸ்தோத்தரிக்கும் ஒப்புநிகர் அற்றவனை - கண்டேன்

4

அண்டினோர்க் கன்புருவாம் ஆரணை
கண்டோர்கள் கலி தீர்க்கும் காரணனை பூரணனை - கண்டேன்

எனப் பாடி மகிழ்ந்தார். இப்பாடல் கிறிஸ்தவ கீர்த்தனைகளில் இடம் பெற்றுள்ளது.

பின் இணைப்பு 2

பரோடாவில் நடந்த ஆல்-இந்தியா சங்கீத கான்பரென்ஸ்

இவ்வியாசம் தஞ்சை சங்கீத வித்யா மகாஜன சங்கத்தின் ஏழாவது கான்பரென்ஸில் மகா-ள-ள-ஸ்ரீ பஞ்சாபகேச பாகவதர் அவர்களால் படிக்கப்பட்டது.

மேற்படி தலைப் பெயர் பூண்ட சங்கமொன்றைக் கூட்டி பரோடா ராஜதானியில் ஹிஸ் ஹைனஸ் மகாராஜா காய்க்குவார் அவர்கள் ஆதரவின் பேரில் 1916 ஷூ மார்ச்சு மாதம் 20ம் தேதி துவக்கி 24ம் தேதி வரையும் நடைபெற்று முடிவடைந்த விஷயம் எல்லோரும் அறிந்ததே.

இதற்காக முன்னதாகவே மகாராஜா அவர்கள் உத்திரவின் பேரில் அவ்வூர் திவான் மகா-ள-ள-ஸ்ரீ மாதவராவ் அவர்கள், கான்பரென்ஸுக்கு ஸெக்ரிட்டேரி ஸ்தானம் வகித்த மகா-ள-ள-ஸ்ரீ சாமுவேல் ஜோசி அவர்களைக் கொண்டு இந்தியா முழுமையும் வியாபித்துள்ள சங்கீத சாஸ்திர விஷயமாய் அறிந்துள்ள பலரில் வியாஸம் எழுதும் திறமையை இங்கிலீஷ் பாஷை மூலமாய் எழுதி அனுப்பும்படித் தெரிவிக்கப்பட்டு அந்தப்படி கான்பரென்ஸ் கூட்டிய விபரமும் பலர் தெரிந்து கொண்டிருக்கலாம்.

இதில் தென்னிந்தியாவின் சங்கீத விஷயமாக இத்தென்னாட்டில் விளங்கும் சில பண்டிதர்களுக்கு அறிவிக்கப்பட்டது. அதில் தஞ்சை நகர வாசியான ராவ்சாகேப் மு. ஆபிரகாம் பண்டிதர் அவர்களுக்கும் அறிவிக்கப்பட்டது.

ஷெ தஞ்சை மாநகரில் சில வருஷ காலமாய் ஏற்பட்டுள்ள சங்கீத ஸமாஜத்தை நடத்தி அதில் சேர்ந்த தலைவர்களிலும் ஒருவரான ஸ்ரீ பண்டிதரவர்கள் கேட்டுக் கொள்ளுதலுக்கிசைந்து ஒரு கான்பரென்ஸில் பிரசிடெண்டு ஸ்தானத்தை வஹித்த திவான் மாதவராயரவர்கள் அச்சமயம் பேசி பதில் மஹாராஜாக்களால்

நடத்தப்பட்டும் நடத்தக் கூடியதுமான இப்பெருங்காரியத்தை மிஸ்டர் பண்டிதரவர்கள் வஹித்துக் கொண்டு நடத்தி வருவதைப் பற்றி நான் மிகவும் மெச்சிக் கொள்ளுகிறேனென்றும் எல்லா வித்தைகளுக்கும் உறைவிடமாயிருந்த இத்தஞ்சை சமஸ்தானத்தில், சங்கீத வித்தையும் க்ஷீணித்து விடாமல் இவ்வித சங்கமொன்றை ஏற்படுத்தி சங்கீத வித்வான்களை ஆதரிக்கிற அவருடைய செயலானது அந்த வித்தையைத் திரும்ப உயிர்ப்பிக்கும் என்பதில் சந்தேகமில்லை என்றும் சங்கங்கள் பலர் கூடி செய்ய வேண்டிய வேலை என்று தெளிவாய் விளங்கக் கூடியதென்றும் சங்கீதக் களஞ்சியம் என்று பேர் வாங்கிய இத்தஞ்சை மாநகரில் ஸ்தாபிக்கப் படவும், அதனால் இச்சங்கம் நிலைத்திருந்து நல்ல பெயர் வாங்கவும் கடவுளை நோக்கிப் பிரார்த்திக்கிறேன் என்றும் நல்ல மனதுடன் சொல்லப்பட்டிருக்கிறது.

ஆகையால் இத்தஞ்சை மாநகரையும் ராவ் சாஹேப் பண்டிதர வர்களையும் ஞாபகத்தில் வைத்திருப்பவராதலால் தனது ராஜ்யத்தில் நடத்தப்படும் எல்லா இந்திய சங்கீத கான்பரென்ஸுக்கு நமது பண்டிதரவர்களும் அவசியம் வர வேண்டுமென்று கருதி அவர் களிடமிருந்து மகா-௱-௱-ஸ்ரீ பண்டிதர் அவர்களுக்கு அழைப்புப் பத்திரம் அனுப்பப்பட்டது.

ஷை அழைப்புப் பத்திரத்தைப் பெற்ற பண்டிதரவர்கள் தனது முயற்சிக்கு ஒரு பலித காலமாயிருந்தாலும் தன்னுடைய சௌகரியத்திற்கும் தூர தேச சஞ்சாரத்துக்கும் பொருத்தமாயிருக்க வேண்டித் தெரிவித்ததின் பேரில் வேண்டிய அனுகூலங்களைச் செய்து கொடுப்பது தனது கடமையாயிருக்குமென்பதை திவான் மகா-௱-௱-ஸ்ரீ மாதவராயர் அவர்கள் வற்புறுத்தி எழுதியதின் பேரில் பண்டிதர் அவர்களும் அதற்கிசைய நேர்ந்தது.

பரோடா விஜயம்

ராவ் சாஹேப் பண்டிதர் அவர்களுக்கு அனுகூலமாய்த் தனது இரண்டு குமாரிகளுடனும் மற்றும் சில சங்கீத வித்வான்களுடனும் புறப்படத் தீர்மானித்ததில் அதில் சிலர் தங்கள் தங்கள் சௌகரியக் குறைவால் வருவதற்கில்லாது போன போதிலும் முக்கியமாய்

வேண்டிய பரிவாரங்களுடன் 1916ம் ஞு மார்ச்சு மாதம் 15ம் தேதி புதன்கிழமை மாலை 5.30 மணிக்குப் புறப்படலானார்கள்.

எழும்பூர் ஸ்டேஷனில் இறங்கி, ஸென்ட்ரல் ஸ்டேஷனுக்கு எதிர்த்த வாடையிலுள்ளதும் பார்க்கு ஸ்டேஷனுக்குச் சமீபமாயுள்ள ஒரு பங்களாவில் தங்கினார்கள்.

ஸென்ட்ரல் ஸ்டேஷனில் புறப்படுகிற டெல்லி எக்ஸ்ப்ரஸ் பகல் ஒரு மணிக்கு மேல் புறப்படுவதால் அதற்குள் விஜயநகரம் வீணை வித்வான் வேங்கட ரமணதாஸ் அவர்களும் மைலாப்பூர் வாசியான A.P. கணேசையர் அவர்களும் ஏற்கனவே குறிக்கப்பட்ட வர்களில் சேர்ந்தவர்களாதலால் அவ்விடம் வந்து கலந்து கொண் டார்கள்.

பிறகு அவரவர்கள் தங்கள் வஸதியான இடங்களில் ஸ்நான போஜனாதிகளை முடித்துக் கொண்டு பகல் 12 மணிக்கு ஸென்ட்ரல் ஸ்டேஷனில் ஒன்று கூடினார்கள்.

அச்சமயத்தில் சென்னை போலீஸ் கமிஷனர் திவான் பகதூர் பராங்குச நாயுடுகாரு அவர்கள் ஸ்டேஷனில் வந்திருந்து, புறப்பட்ட வர்கள் எல்லோரையும் கண்டுகளித்தார்கள்.

அச்சமயம் புறப்பட்டவர்கள் 12 பேர். இதில் பண்டிதரைச் சேர்ந்த இன்னும் ஏழு பேரும் அவர்களை அனுசரித்தவர்களாய் ஐந்து பிராமணர்களும் சேர்ந்திருந்ததைக் கவனிக்கும் பொழுது, பிரக்ருதி சுரங்கள் ஏழும் விக்ருதி சுரங்கள் ஐந்தும் ஆக 12 சுரங்கள் ஒன்று சேருவதால்தான் சங்கீதம் என்ற முழுப் பெயரை அடைகிறது என்பதை நன்குணர்த்தியது போலும்.

ஒரு ஸ்தாயியில் புறப்பட்ட பன்னிருவர்களையும் யார் யாரை எந்த ஸ்தானத்தில் வைப்பது என்ற ஒரு தோற்றமுண்டாகுமல்லவா? அதற்கு ஒருவாறு இப்படி அமைத்துக் கொள்ளலாம்.

கோமல நிஷாதத்தில் மிஸ்ஸஸ் பண்டிதரவர்கள், சுத்த மத்திமத்தில் கனகவல்லி அம்மாள், ஷட்ஜ ஸ்தானத்தில் பண்டிதர வர்கள், பஞ்சம ஸ்தானத்தில் மரகதவல்லி அம்மாள், தீவ்ர ரிஷபத்

தில் துரைப் பாண்டியன், கோமலகாந்தாரத்தில் சுந்தரபாண்டியன், தீவ்ர தைவதத்தில் தங்கையா, அந்தர காந்தாரத்தில் வீணை வேங்கட ரமணதாஸ், காகலி நிஷாதத்தில் என்.பி. சுப்பிரமணிய ஐயர் அவர்கள், பிரதி மத்திமத்தில் பஞ்சாபகேச பாகவதர், கோமல ரிஷபத்தில் ஏ.பி. கணேசையர் அவர்கள், கோமல தைவதத்தில் சேஷ பாகவதர், இப்படியாக இப்பனிருவர்களும் அவரவர்கள் ஸ்தானங்களில் அமர்ந்தார்கள். திவான் பகதூர் மகா-ா-ா-ஸ்ரீ பராங்குச நாயுடுகாரு அவர்கள் மிகுந்த அன்பு பாராட்டி ஒவ் வொருவரும் சௌக்கியமாக உட்கார்ந்ததை விசாரித்து க்ஷேமமாயும் சந்தோஷமாயும் போய் ஜெயத்தை அடைந்து சௌக்கியமாய் வந்து சேர வாழ்த்துகள் கூறி அன்புள்ள தனது மலர்ந்த முகத்தோடு வழியனுப்பினார்கள்.

பூனா ஸ்டேஷன் வந்து சேர்ந்தது. அங்குப் பண்டிதரவர் களுக்குச் சொந்தமாயுள்ள Rev. ஏசுவடியான் அவர்களின் உதவியால் பிரகிருதி விக்ருதிகளுக்குத் தனித்தனியே அவ்வூரில் பெங்களூரி லிருந்து வந்திருக்கும் மெடிக்கல் காலேஜ் மாணவர்களில் இரண்டு பிராமணச் சிறுவர்களிடம் தெரிவித்து ஷை காலேஜிலுள்ள பிராமண விடுதியில் விக்ருதிகளுக்கு அன்னமளிக்கச் செய்து பிரகிருதி சுரங்களைத் தனது ஜாகையில் உபசரித்தார்.

ஷை மாணவர்கள் மிகவும் அன்புடன் பானத்திற்கு டீயும் ஸ்நானத்திற்கு வெந்நீரும் உடனே போஜனமும் தந்து அதிசீக்கிரமாய் வண்டி வைத்து 9 ½ மணிக்குப் புறப்பட வேண்டிய வண்டிக்குத் துவக்கமன்னியில் 1½ நிமிஷம் முன்னதாகவே வரும்படிக் கொண்டு வந்து விட்டார்கள்.

6 ½ மணி முதல் 9 ½ மணி வரையில் அம்மாணவர்கள் இருவரும் வெகு சுறுசுறுப்பாய் நடந்து ஒரு நிமிஷமும் இளைப் பாறாமல் உபசரித்து இவர்களது உபகாரத்தை நினைக்கும்போது எவ்வளவு ஜன்மத்திலும் மறக்க முடியாத விஷயம் என்று இவர் களையும், இவர்களை ஏவிய பாதிரியார் அவர்களையும் பதிவு செய்யப்பட்டது. உடனே வண்டியும் புறப்பட்டது.

சந்திர பகவான் நான் காட்டுகிற காட்சியைக் காண கண்ணயர வேண்டாம் என்றார். பகல் கண்டதற்கு இது கண்காட்சி என்று

நினைத்து விழித்திருந்தோம். ரயில் வண்டியானது ஒரு இருட்டறை யில் புகுந்து வெளிப்பட்டது. அங்குப் பார்த்தால் ஒரு பக்கம் மலையின் உயர்ச்சியும் ஒரு பக்கம் பள்ளத்தாக்கும் இருப்பதும் இதனடுவே வண்டி போவதும் பார்க்க இச்சமயம் மித்திரன் உதவி யிருந்தால், கண்காட்சி விஸ்தாரமாயிருக்கும். ஆகிலும் இது கண் படைத்தவர்களுக்கு விந்தைதான் போன்று களியுற்றோம். இவ்வாறு பல குகைகளில் வண்டி பிரவேசித்துப் போகும் போது கர்ம பாசத்தினால் இழுக்கப்படும் ஜீவன் கர்ப்பவாசமும், வெளியேறு வதுமான செய்கை போல் தோற்றியது. பிறகு பம்பாய் ஸ்டேஷனைக் கண்டோம். வியப்புற்று திகைத்தோம். விக்டோரியா என்னும் வண்டியில் கொஞ்ச தூரம் மாட மாளிகையுள்ள வீதிகளின் வழியே சென்று மற்றோர் ஸ்டேஷனில் பரோடாவுக்குச் செல்லும் வண்டியில் அமர்ந்தோம். காலை 7 மணிக்கு வண்டி புறப்பட்டது. 9 மணி வரையில் பம்பாய்ப் பட்டணத்தைத் தாண்டியதாகத் தெரியவில்லை. பிறகு ஒரு ஸ்டேஷனில் வரும் பொழுது நாங்கள் அந்த வண்டியில் புறப்பட்டு வருவதை பரோடா திவான் மகா-ள-ள-ஸ்ரீ மாதவராயர் அவர்களுக்கு ஒரு தந்தி மூலமாய்த் தெரி வித்துக் கொள்ளப்பட்டது. அன்று மாலை ஐந்து மணி வரையில் முதல் நாளைப் போல் பழம், பால்தான் ஆகாரம்.

5 மணிக்கு பரோடா ஸ்டேஷன் வந்த போது திவான் மகா-ள-ள-ஸ்ரீ மாதவராயர் அவர்களால் அனுப்பப்பட்ட அரண் மனை உத்தியோகஸ்தர்களும் பல வேலைக்காரர்களுமான அநேகர் கூடியிருந்தார்கள். ஸப்த சுரம் போலுள்ள வாரத்தில் ஏழாவது வாரமான ஸ்திர வாரத்தில் விக்ருதி சுரம் போலுள்ள 5 மணி வேளை யில் பிரகிருதி விக்ருதி பேதங்களால் பல இராகங்கள் உண்டா கின்றன என்பதைக் காட்டுவது போல் அநேக ஜனங்கள் ராவ் சாஹேப் பண்டிதர் அவர்களிடம் அநுராகத்தோடு சென்று ஆதரவுடன் இனிமையாய் ஈந்து உபசரித்து ஊடாடி எல்லோரும் ஏற்றமுடன் ஐக்கியமாய் ஒற்றுமைப்பட்டு ஓதிய ஸௌஜன்யம் அதைக் கண்டு களியாதாரைக் காணக் கிடைத்தோமில்லை.

உடனே மோட்டார் காரிலும் இரட்டைப் புரவி வண்டியிலும் ஒற்றைக் குதிரை பீட்டனிலும் சென்று, இந்தியாவின் கெஸ்டு ஹவுஸ் என்ற மாடகூடம் தோப்புத் துரவுகளடங்கிய ஓர் பெருத்த

விடுதியில், சௌகரியமாய் வாசம் செய்ய இடமளித்து உதவி னார்கள்.

வாசஸ்தல விசேடம்

ஒரு பக்கத்தில் பிராமணர்களுக்குப் போஜனம் தயாராகிறது. மற்றோர் பக்கத்தில் வெந்நீர் காய்ந்து கொண்டு சீக்கிரம் ஸ்நானம் செய்யுங்கள் என்று தூண்டுகிறது. மற்றோர் அறையில் பழமும், பாலும், பிஸ்கோத்தும் நாங்கள் இங்கு வசிக்கிறோம், நீங்கள் நினைத்த போது உதவுவோம் என்றன. மின்சார விளக்குகள் இடை இடையே பழங்கள் போல் தொங்கி, நாங்கள் இல்லாத இடம் இராவென்றன. காற்றில்லாவிடத்தில் காற்றாடி நான் உபசரிப்பேன் என்கிறது. இப்படியாக நினைத்ததை அனுபவிக்கக் கொடுக்கும் நவநிதி போலும் ஆவலை அடக்கும் தேவலோகம் போலும் விளங்கி மனமகிழ்ச்சியைக் கொடுத்ததால் ஸ்நானம், தியானம், பூஜை, போஜனம் இவைகளை வழுவற நடத்தி தூரதேசப் பிரயாண சிரமத்தை இளைப்பாறி இருந்து வென்றோம்.

மறுநாள் ஆதிவாரம் தோன்றியது. அன்று காலை திவான் மகா-ா-ா-ஸ்ரீ மாதவராயர் அவர்களும் மற்ற உபாஸகர்களுடன் தோன்றி வேண்டிய சௌகரியங்களைப் பண்டிதர் அவர்களிடம் விசாரித்து இருப்பது போல இல்லாததற்கு ஏவினார்கள்.

மறுநாள் முதல் நடக்கப் போகும் கான்பரென்ஸுக்கு வந்த பல தேசத்தவர்களும் தங்குவதற்கு அநேக ஜாகைகள் அமர்த்தப் பட்டிருந்த போதிலும் இதுதான் தங்களுக்கு சௌகரியமாயுள்ளது என்றும் அறிவித்தார்.

கான்பரென்ஸ் கால அட்டவணையில் (programme) முதலாவதான தெய்வ வணக்கத்தை ராவ் சாஹேப் பண்டிதர் அவர்களின் குமாரிகளால் ஸ்தோத்தரிக்கப்படும் என்று எழுதப் பட்டிருந்தபடியால் அதற்குரிய ஸ்தோத்திரப் பாடல்களில் எதைப் பாடலாம் என்று யோசித்து திவான் மகா-ா-ா-ஸ்ரீ மாதவராயர் அவர்களும் மகா-ா-ா-ஸ்ரீ பாத்கண்டே அவர்களும், கான்பரென்ஸ் பிரசிடெண்டு ஸ்தானத்தை வகிக்க இருக்கும் மகா-ா-ா-ஸ்ரீ நவாப் ஆலிக்கான் அவர்களும் தியாகராஜ சுவாமி கீர்த்தனங்களில்

முக்கியமாயுள்ளதும், உருக்கமாயுள்ளதும் காலத்திற்கேற்றதும் ஹிந்துஸ்தான் இராகங்களில் சேராததாயுமுள்ள அடானா தேவகாந்தாரி என்று சொல்லப்படும் இராகங்களிலுள்ள இரண்டு கீர்த்தனைகளைப் பாடத் தீர்மானித்தார்கள்.

அன்று மாலை திவான் மகா-ா-ா-ஸ்ரீ மாதவராயர் அவர்கள் கிருகத்தில் ஓர் சப் கமிட்டி மீட்டிங் கூட்டப்பட்ட ஒவ்வொரு வியாசத்திற்கும் குறிப்பிட்டிருக்கும் காலத்திற்கு மேற்பட்டுக் கொஞ்சம் கால அளவைத் தர வேண்டுமென்று மகா-ா-ா-ஸ்ரீ ஹரிநாக பூஷணமையர் அவர்கள் முதலான சிலர் வாதாடிக் கேட்டுக் கொண்டார்கள். கடைசியாக ஸ்ரீ ஆபிரகாம் பண்டிதர் அவர்களால் எல்லா வியாசங்களும் புரோகிராமில் கண்டபடியே குறித்த காலத்திற்குள் வாசிக்கப்பட வேண்டுமென்றும் அதற்கேற்ற விதமாய் முக்கியமான இடங்களை மாத்திரம் வாசித்து முடிக்க வேண்டுமென்றும் நாம் நாளைய தினம் நடக்க வேண்டிய காரியங் களை யோசிக்க வேண்டுமென்றும் சொல்லப்பட்டு சபையோர் யாவராலும் அங்கீகரிக்கப்பட்டது.

உடனே திவான் மகா-ா-ா-ஸ்ரீ மாதவராயரவர்களால் பண்டிதர் அவர்களோடு பண்டிதர் அவர்களின் குழந்தைகள் எவ் விதமான சௌகரியத்தோடு உட்கார்ந்து பாட வேண்டுமோ அவ் விதம் அமையப் பெறும்படி கான்பரென்ஸ் ஹாலில் சீர்திருத்தம் செய்யப்பட்டது. அது போல மறு நாள் சோம வாரத்ததன்று கான்பரென்ஸுக்கு வந்திருக்கும் வித்வான்களும் வியாசகர்களும் போஷகர்களும் ஆதரிப்போர்களுமான மகாஜனங்கள் காலை 5 மணி முதலாகவே ஸ்நானபானாதிகளைச் செய்து கொண்டு அவரவர்கள் அந்தஸ்துக்குரிய இடங்களில் அமர்ந்தார்கள். கடைசியாக திவான் மகா-ா-ா-ஸ்ரீ மாதவராயர் அவர்களும் சபையிருக்க வேண்டிய அமைப்பு சரியாயுள்ளதா என்று நிதானித்து விட்டு சர்வ மகாஜனங்களுடன் மகாராஜா அவர்களின் வரவிற்கு எதிர்பார்த்துக் கொண்டிருந்தார்கள். கொஞ்ச நாழிகைக்கெல்லாம் மகாராஜா அவர்கள் வருகிறார்களென்ற அறிகுறி காணப்பட்டது.

சர்வ ஜனங்களும் ஆவலுடன் கவனித்த சமயத்தில் மகாராணி சமேதராய் மகாராஜா அவர்கள் ப்ரசன்னமானதைக் கண்ட சர்வ

ஜனங்களும் எழுந்து நின்று மரியாதை செய்ய மகாராஜா அவர்களும் எல்லோரையும் கவனித்து தனது ஸ்தானத்தை வஹித்தார். அச்சயம் ஒரு நிமிஷம் வரையில் நிசப்தமும் அதிலிருந்து ஓர் பிரணவ நாதமும் அதைத் தொடர்ந்து தெய்வ வணக்கமும் பண்டிதர் அவர்களின் குழந்தைகளால் பாடப்பட்ட பொழுது சர்வ ஜனங்களின் மனதும் அசைவற்று ஆனந்தத்தினால் முழுகப்பட்டு விட்டது. உடனே ராஜ கீதமும் பாடப்பட்டது. பிறகு சபை நடுவில் திவான் மாதவராய ரவர்கள் எழுந்து கான்பரென்ஸின் ஆரம்ப பிரசங்கம் செய்து கான்பரென்ஸை எதோக்தமாகத் துவக்க மகாராஜா அவர்களின் அனுமதியைப் பிரார்த்தித்தர்கள். உடனே சர்வ ஜனங்களின் கரகோஷ மத்தியில் மகாராஜா அவர்கள் எழுந்து நின்று சர்வ வித்தை களிலும் சிறந்ததான இச்சங்கீத வித்தையைப் பள்ளியில் படிக்கும் ஆண்கள், பெண்கள் முதலாய் எல்லோரும் எளிதில் அறிந்து பாடும் படி நொட்டேஷன் மூலமாக ஒழுங்குபடுத்தி வெளிப்படுத்துவதற்கு இப்பொழுது கூட்டப்பட்ட இச்சங்கமானது மிகுந்த ஆதரவளிக்கும் என்று நம்புகிறேன் என்று சொல்லிக் கான்பரென்ஸைத் திறந்து வைத்தார்.

உடனே நவாப் ஆலிக்கான் அவர்களைப் பிரசிடெண்ட் ஸ்தானத்தை வஹிக்கும்படி எல்லோரும் கோர, ஆமோதிக்கப்பட்டு அவரும் அந்த ஸ்தானத்தை வஹித்தார். சங்கீத சாஸ்திரத்தை ஆராய்ச்சி செய்து அதன் ரகசியங்களை நூன்முகமாய் ஏற்கனவே வெளிப்படுத்தியிருக்கின்ற மகா-ர-ர-ஸ்ரீ பாத்கண்டே அவர்கள் சங்கீத சாஸ்திரத்தில் வடமொழியினால் கூறப்படும் கிரந்தங்களின் ஆதாரங்களைக் கொண்டு த்வாவிம்சதி சுருதியின் ரகசியத்தை ஒருவாறு வெளியிட்டுப் பேசினார். இப்படியாக அவரவர்கள் தங்கள் தங்கள் வியாசங்களைக் கால அட்டவணையின் பிரகாரம் படித்து வந்தார்கள்.

ஷி கான்பரென்ஸ் ஆரம்பத்தில் ராவ் சாஹேப் பண்டிதர் அவர் களின் புத்திரிகள் சௌபாக்கியவதி மரகதவல்லியம்மாளும், சௌபாக்கியவதி கனகவல்லிஅம்மாளும் தெய்வ வணக்கமாக முதலாவது பாடப் பெற்ற நம்மெல்லோரும் சந்தோஷிக்கப்படும் விஷயம். மேலும் இவ்விதமாகவே சபை ஆரம்பிக்கும் ஒவ்வொரு

தினத்திலும் இவர்களையே பாடச் செய்ய எல்லோருடைய கோரிக்கையும் உண்டாகி அது போல் நடந்தேறியதும் இத் தென்னாட்டுச் சங்கீதத்திற்கும் பெருமையானதால் இதுவும் மிகுந்த சந்தோஷத்திற்குக் காரணம்.

கான்பரென்ஸில் நடந்த விஷயங்கள் இங்கிலீஷ் பாஷையில் நடந்ததால் விபரமாக அறிந்து கொள்ள முடியவில்லை. ஆகிலும் அச்சபையின் குறிப்புகளால் ஒருவாறு அறிந்து கொள்ளக் கூடியதாக இருந்தது. அச்சபையில் மிகுந்த செல்வாக்கை அடைந்திருந்த ஓர் மகமதிய துரைசாணி Atiya Begum Fyzee Rahimin அவர்கள் மற்றொருவருடன் பேசிக் கொண்டிருந்ததில் சொல்லப்பட்டதை, பக்கத்திலிருந்த என்னால் கேட்கப்பட்ட போது, சங்கீத விஷயம் வாசிப்பதிலும் சண்டையிடுவதிலும் என்ன பிரயோஜனம். பண்டிதர் அவர்களின் குமாரிகளைக் கொஞ்சம் பாடச் சொன்னாலும் சுகமாகக் கேட்கலாம். பொழுதோ விருதாவாகப் போகிறது. உஸ் என்று பெருமூச்சு விட்டு ஒருவரிடம் சொன்னதை நான் கேட்டேன். தவிர, பொது ஜனங்கள் அடைந்திருந்த உற்சாகக் குறைவைக் கொண்டும், ஸ்தூலமாக கான்பரென்ஸில் வாசிக்கப்படும் வியாசங்கள் இவர்களுக்கு ஸாரமாக இருக்கவில்லையே என்று நான் நினைக்க நேர்ந்தது. இப்படியாக இரண்டு நாள் மீட்டிங் நடந்தேறியது. பிறகு மூன்றாவது நாளில் பண்டிதர் அவர்களாலும் வியாசம் வாசிக்கப் பட்டது. இந்த வியாசத்திற்கு 3 மணி நேரம் வரையில் காலவரை இருந்ததால் மற்றவர்களைக் காட்டிலும் நீண்ட கால அளவைப் பெற்றிருந்த இந்த வியாசத்திற்கு ஏற்கனவே வாசிக்கப்பட்ட வியாசங்களின் காலத்தின் அளவை வியாசங்களுக்குத் தக்கபடி குறிப்பிட்டிருந்த காலத்திலிருந்து 5 நிமிஷம், 10 நிமிஷம் குறைத்து முடிக்கும்படித் தூண்டிக் கொண்டு வந்த பிரசிடெண்ட் நவாப் ஆலிக்கான் அவர்கள் 3 மணி நேரத்தைப் பெற்றிருக்கும் நமது பண்டிதர் அவர்களின் வியாசத்தையும் அவ்வாறு குறைக்கச் செய் வாரோ என்ற கவலை மேலாடிக் கொண்டிருந்தது. ஆனால் பிரசி டெண்ட் ஸ்தானத்தை வஹித்துள்ள நவாப் ஆலிக்கான் அவர்களின் திறமையை யோஜிக்கும்போது ஷியார் சங்கீத விற்பன்னர், ஆர்மோனியம் வாசிப்பதில் ஒரு கையினால் தாளம் போட்டுக் கொண்டு மற்றொரு கையினால் வாசிக்கிற பழக்கத்தை இரண்டு

கைகளுக்கும் பழக்கி வைத்திருப்பவர், ஸு஡ஸ்வரமாய்ப் பாடக் கூடிய சக்தியுள்ளவர், பெருத்த ஜமீன்தார், நல்ல குணமுள்ளவர் என்று விளங்கியதைக் கொண்டு அரை மணி நேரம் அதிகமாக நடந்திருப்பதைக் கூட மறந்து விஷயத்தின் சாரத்தில் கவனம் செலுத்தியிருக்கிறார் என்று தெரிய வந்தது.

ராவ் சாஹேப் பண்டிதர் அவர்களின் வியாசத்தை அவரது மருமகன் மகா-ா-ா-ஸ்ரீ துரைப் பாண்டி அவர்களாலும் மகா-ா-ா-ஸ்ரீ N.P. சுப்பிரமணிய ஐயர் அவர்களாலும் வாசிக்கப்பட்ட உடனே மற்ற விஷயங்களையும் சபையில் எடுத்துச் சொல்ல பண்டிதர் அவர்கள் எழுந்து தான் பேசுவது தமிழ்ப் பாஷையானதால் சர்வ ஜனங்களும் தெரிந்து கொள்ள மகா-ா-ா-ஸ்ரீ N.P. சுப்பிரமணிய ஐயர் அவர்களும், பிறகு சென்னை வாசியான C.R. சீனிவாஸ ஐயங்கார் அவர்களும் திவிபாஷிகளாயிருந்து இங்கிலீஷில் மொழி பெயர்த்துத் தெரிவித்தார்கள். இதில் பண்டிதர் அவர்கள், தமிழ்ப் பாஷையிலுள்ள கிரந்தங்களில் நூல்முறையுடன் சொல்லியிருக்கிற முறைப்படி ஆயப்பாலை, வட்டப்பாலை, திரிகோணப்பாலை, சதுரப்பாலை என்ற பிரிவில் 12, 24, 48, 96 வகைகளாகப் பாடப்பட்டும் அவ்வாறே வீணையின் ஸ்தானங்கள் பிரிக்கப்பட்டு இப்போதுள்ள 12 இடங்களினின்றும் ஒரு ஒரு இடைவெளிகளிலும் அரையாகவும், காலாகவும் அரைக் காலாகவும் வீசமாகவும் இது அனுபவத்திலிருப்பதாகவும் தெரிவித்தார். பிறகு ''முக்கியமாயுள்ள 24 ஸ்தானங்களை இவ்வித ரகசியத்தைச் சிலர் உணராமலும் உணர்ந்தவர்களில் சிலர் விளக்கிச் சொல்லத் தெரியாமல் மயங்கி 22 ஸ்தானத்துடன் நின்று விட்டார்கள். இவைகளைப் பற்றி நான் பேசும் பொழுதெல்லாம் என்னைச் சிலர் சங்கீதத்தின் நுட்பத்தை நான் அறியவில்லை என்றும் என்னைப் பைத்தியக்காரனென்றும் சொல்லத் தலைப்பட்டார்கள். ஆனாலும், எனது பெண்ணான மரகதவல்லி அம்மாளின் உதவியைக் கொண்டு கானத்தில் விளங்கும் ஒவ்வொரு சுருதி ஸ்தானங்களையும் யான் கவனித்து அப கீதத்திற்கும் தமிழ் நூல் ஆதாரங்களுக்கும் ஒத்துமையாயுள்ள இந்த இரகசியத்தை என்னால் அடக்கிவிட முடியாது. இதற்காக என்னால் ஓர் நூலெழுதி வந்து கொண்டிருக்கிறது. இந்த இரகசிய முறைகளை என் பிள்ளைகளுக்குப் படித்துக் கொடுக்கும் உபாத்தி

யாயராய் இப்பொழுது பிடில் வாசித்த மகா-ள-ள-ஸ்ரீ பஞ்சாபகேச பாகவதரான இவருக்கும் நான் சொல்லவில்லை. அவரும் 22 சுருதியையே நம்பிக் கொண்டிருப்பவர். உங்களோடு அவரும் ஒருவராய் இப்பொழுதுதான் தெரிந்து கொள்ளப் போகிறார்'' என்கிற வரையில் சொன்னார்கள். இந்தச் சமயம் சபையிலுள்ள எல்லோரும் என்னை ஒரே காலத்தில் பார்க்கும் பாக்கியத்தை அடைந்தேன். ஆனால், நான் வெட்கத்தை அடைய வேண்டியிருக்குமென்று சிலர் நினைக்க நேர்ந்தாலும் நான் மகிழ்ச்சியுள்ளவனாகவே இருந்தேன். ஏனென்றால், சங்கீதம், சமுத்திர ரூபமாயுள்ள போது, ஒருவன் சொல்லக் கூடிய ஸ்வல்பமாகத்தான் இருக்கும்; இதனால் ''கற்றது கைம்மண்ணளவு, கல்லாதது உலகளவு'' என்ற வாக்கியத்தையே நினைப்பில் வைத்திருக்கிற எனக்கு வெட்கத்தைத் தரவில்லை. தவிர நமது மாணாக்கர்களுக்காவது இந்த இரகசியம் தெரிந்திருக்கிறதல்லவா என்ற மகிழ்ச்சியும் தந்தது.

இதன் பிறகு பண்டிதரவர்கள் தான் குறிப்பிட்டு வைத்திருக்கிற சுருதி ஸ்தானங்களில் சிலவற்றை இந்த இராகங்களில் இந்த சுருதி ஸ்தானங்கள் வந்து கொண்டிருக்கின்றன என்பதை என்னால் சொல்லி வைத்திருக்கிற கீர்த்தனங்கள் மூலமாய் தனது பெண்களைக் கொண்டு பாடச் செய்து காட்டினார்கள். இதில் (ராம பாணத்ரான) என்கிற ஸாவேரி இராகத்தில் உள்ள ஸ்ரீ தியாகராஜ சுவாமிகளின் கீர்த்தனத்தில் (ரா) என்கிற அக்ஷரத்தை இழுத்து (ம) என்கிற அக்ஷரத்தைச் சொல்லுவதற்கு முன்னுள்ள சுத்த ரிஷப ஸ்தானத்தில் நிற்கும் போது மகா-ள-ள-ஸ்ரீ ஹரிநாக பூஷணமையர் என்ற சங்கீத வித்வான் அந்த இடத்தை இன்னும் குறைத்துப் பிடிக்க வேண்டுமென்று தான் பாடிக் காட்டும்போது ஷட்ஜ சுரத்தினால் இழுக்கப் பட்டு விட்டார். இவரது வாதத்தை மகா-ள-ள-ஸ்ரீ சிட்டிபாபு நாயுடு என்பவர் சமாதானம் செய்தார். இதன் பிறகு வீணையிலுள்ள 24 ஸ்தானங்களையும் படித்து வரிசைக் கிரமமாயும் பாடிக் காட்டப் பட்டது. இதை இரண்டு தடவை மறுபடி திரும்பிச் சொன்னபோதும் தந்தி நாதத்திற்கும் சாரீரத்திற்கும் ஒற்றுமையாயிருந்ததோடு கொஞ்சமேனும் வித்தியாசமில்லாமல் இருந்ததை எல்லோரும் கண்டு ஆச்சரியப்பட்டார்கள்.

இந்தச் சமயத்தில் இந்துஸ்தான் சங்கீதம் பாடுவதில் கியாதி பெற்றவரும் துருபத் வித்வானும் உதயப்பூர் ஸாக்ருடீன் என்பவர் இந்த சுருதி வரிசைகளைத் தானும் சமீபத்தில் உட்கார்ந்து வீணை யுடன் பாடிப் பார்த்தார். ஆனால், மேரு முதல் அளவாயுள்ள 24வது மெட்டில் வரவும் ஷட்ஜ ஸ்தானம் கிடைத்து விட்டதாக நினைத்து நின்று விட்டார். ஆகிலும் சுருதி ஞானத்தில் தேர்ந்தவரென்பதில் தடையில்லை. இப்படியாக வரிசைக் கிரமமாய் இந்தச் சுருதி ஸ்தானங்களைப் படித்துக் காட்டும் பொழுது பெண் பிள்ளை களாயிருந்த போதிலும் தைரியத்துடனும் உற்சாகத்துடனும் சொல்லப்பட்டு ஒற்றுமையாயிருந்ததை நினைத்தால் வாஸ்தவமாய் பண்டிதர் அவர்களுக்கு ஈசனுடைய அருள் உதவியும் சேர்ந்திருக்கிற தாகத் தீர்மானித்தேன். இப்படியாக சுருதி ஸ்தானங்களைச் சபை மத்தியில் நிரூபித்து வாத்தியத்துடன் தனித்தனியாகவும் தொடர்ச்சி யாகவும் அனுபவத்திலுள்ளதாயும் எடுத்துக் காட்டியவர் நமது பண்டிதரவர்கள்தான். மற்றவர்கள் இப்படி நிரூபித்துக் காட்ட முன்வரவில்லை. இதன் பேரில் கனம் பண்டிதரவர்கள் முடிவாக ஒரு விஞ்ஞாபனமும் செய்து கொண்டார்கள். அதாவது ''இப்போது நான் எடுத்துக் காட்டிய முறையை ஆக்ஷேபிக்க இஷ்டமுள்ளவர்கள் கேட்டால் நான் சமாதானம் சொல்லத் தயாராயிருக்கிறேன்'' என்றும் கேட்டுக் கொண்டார்கள். அப்போது ஆக்ஷேபிக்க ஒருவரும் முன்வரவில்லை. மகா-ா-ா-ஸ்ரீ திவான் மாதவராவ் அவர்களும் பரம சந்தோஷத்தை அடைந்திருந்தார்கள். இதனால் மறுநாள் ஹிஸ் ஹைனஸ் மகாராஜா அவர்கள் தமது சமூகத்தில் நடத்த ஏற்பாடு செய்திருந்தார்கள். அந்தப்படி முக்கியமான சிலருடன் வீணையில் மிகுந்த பாண்டித்தியமுள்ள தமது மகாராணி அவர்களுடன் தனிமையாக இருந்து குழந்தைகளின் கானத்தைக் கேட்டதுடன் ராவ் சாஹேப் பண்டிதரவர்கள் மகா-ா-ா-ஸ்ரீ N.P. சுப்பிரமணிய ஐயர் அவர்கள் மூலமாக இங்கிலீஷில் தெரிவிக்கும்படி செய்த சங்கீத சாஸ்திரத்தின் பெருமையும், தென்னிந்தியாவில் புராதனமாய் சீர்திருத்தத்துடன் நடைபெற்று வருவதையும் அதில் தமிழ் நூலில் சொல்லப்பட்டிருக்கிற பாலை விபரங்களையும் அதனால் சுருதி ஸ்தானங்கள் தெளிவாய் நிர்ணயமாகிறதென்றும் அதற்கு உதவியாக வீணையும் இன்ன இலக்ஷணத்துடன் அமைக்கப்பட வேண்டுமென் பதையும் விசிதமாயும் சுருக்கமாயும் தெரிவித்தார்கள். மகா-ா-ா-ஸ்ரீ

மாதவராயர் அவர்களும் பண்டிதர் அவர்களைப் பற்றி ஒவ்வொரு விஷயத்திலும் நுட்பமான ஆராய்ச்சி செய்யும் போது எவ்வளவு பிரயாசை இருந்தாலும் பின்வாங்குபவர் அல்ல என்றும் சொல்லும் போது மகாராஜா அவர்கள் வெகுவாகச் சந்தோஷித்தார்கள். பிறகு கான்பரென்ஸில் நடந்ததுபோல் சுருதி ஸ்தான விபரங்களும் காண்பிக்கப்பட்டன. அப்போது மகாராஜா அவர்கள் சந்தோஷித்து பண்டிதர் அவர்களின் ஆராய்ச்சிக்கு மெச்சிக் கொண்டு புகழ்ந்தார்கள்.

இதில் கான்பரென்ஸ் நடந்த காலத்தில் குழந்தைகளால் படிக்கப்பட்ட கதன குதுாகலம் என்ற இராகத்திலுள்ள 'ரகுவம்ச சூதாமபுதி சந்த்ர' என்ற கீர்த்தனத்தைக் கேட்ட ப்யாண்ட் மாஸ்டர் Mr. Fredlis வெகு சந்தோஷப்பட்டு இதை நொட்டேஷனில் குறித்துக் கொடுக்கும்படி கேட்டார். அது போலவே சௌபாக்கிய வதி மரகதவல்லி அம்மாளால் அடையாளத்துடன் குறித்துக் கொடுக்கப்பட்டது. அதை ப்யாண்ட் மாஸ்டர் தனது ப்ளூட் என்ற வாத்தியத்தில் ஊதி மகிழந்து கொண்டு எவ்வளவு கீர்த்தனை யானாலும் தேவையிருக்குமென்று கேட்டுக் கொண்டார்.

மற்றோர் நாள் மகா-ள-ள-ஸ்ரீ திவான் மாதவராயர் அவர்கள் பங்களாவில் ஒரு மீட்டிங் கூடிய போது குழந்தைகளின் கானம் நடந்தது. அன்று அதிக நேரம் கிடைத்திருந்தபடியால் அருமையான கீர்த்தனங்கள் பாடப்பட்ட போது எல்லோரும் விசேஷ சந்தோஷத்தை அடைந்தார்கள். மேற்சொல்லிய ப்யாண்ட் மாஸ்டரும் சந்தோஷப் பட்டார். அன்றைய தினத்திலும் கான்பரென்ஸில் நடந்தபடி 24 சுருதி ஸ்தானங்களையும் பாடிக் காண்பிக்க நேர்ந்த போது மேற்படி ப்யாண்ட் மாஸ்டர் துரையவர்கள் வீணையின் மேல் நிஷாத ஸ்தானம் குறைவாயிருப்பது போல நினைத்து ஆட்சேபித்தார். மற்றவர்கள் சரியாயிருப்பதாய் வாதித்தார்கள். பண்டிதர் அவர்களும் சரியாயுள்ளதென்று தெரிவித்தார்கள். அப்போது துரையவர்கள் பல ஸ்தாயிகளில் சஞ்சாரம் செய்யும் அநேக வாத்தியங்கள் வாசிக்கப் படும் காலத்தில் ஏதாவது ஒன்று ஏற்றத் தாழ்வடைந்தால் அதைக் கண்டுபிடிக்கும் தீரன் நான் என்பதை நீங்கள் நம்ப வேண்டுமென்று ஆங்கிலத்தில் சொன்ன அவ்வார்த்தையை மகா-ள-ள-ஸ்ரீ திவான் அவர்கள் தமிழில் எடுத்துரைத்தார்கள். அதைக் கேட்ட பண்டித

ரவர்கள் வாயினால் 12 சுருதி ஊதப்படுகிற பெருத்த நாதத்தைக் கண்டுபிடிக்கும் திறமை வாய்ந்தவர்களுக்கு இந்திய சங்கீதத்தில் வரும் நுட்ப சுரங்களைக் கண்டுபிடிக்க முடியாது என்று விடையளித்தார்கள். பிறகு விஜயநகரம் வீணை வித்வான் வேங்கட ரமணதாஸ் அவர்களின் வீணையையும் சேர்த்துப் பார்த்த காலத்தில் துரையவர்களுக்கும் ஒப்புக் கொண்டு விட நேர்ந்து விட்டது.

பிறகு தஞ்சை சங்கீத ஸமாஜத்தில் பிரதி கான்பரென்ஸூக்கு வந்திருந்தவரும், லக்ஷண லக்ஷிய வித்வானும் பூவனூர்வாசியுமான மகா-ா-ா-ஸ்ரீ பிரதாப ராமசாமி பண்டிதர் அவர்களும் சென்னை டாக்டர் நஞ்சுண்டராவ் அவர்கள் மூலமாய் அழைப்புப் பத்திரம் பெற்று பரோடா கான்பரென்ஸூக்கு ஓர் மெம்பராயும் தாக்கல் செய்து கொண்ட ஷை பண்டிதர் அச்சமயம் இருந்தவராதலால் அவரது அபிப்பிராயம் ஏதாவது பேதமடைந்திருக்கிறதா என்று தெரிந்து கொள்ள பண்டிதர் அவர்கள் பாகவதர் அவர்களைப் பார்த்து வீணையின் சுருதிகளைக் கவனித்தீர்களா என்றார். பாகவதர் வீணை நன்றாயிருக்கிறதாகச் சொன்னார். சுருதி விஷயத்தைத் தெரிந்து கொண்டீர்களா என்று பண்டிதர் அவர்களால் கேட்கப்பட்டது. அதற்குப் பாகவதர் அவர்கள் ஊர் போய்ப் பேசிக் கொள்வோம் என்றார். அப்போது திவான் மகா-ா-ா-ஸ்ரீ மாதவராயர் அவர்கள் ஏதாவது சர்ச்சை செய்வதானால் இப்பொழுதே செய்யலாம் என்றார்கள். அதற்குப் பாகவதர் 24 சுருதிக்கு ஆதாரம் கிடைக்க வில்லை என்றார். பண்டிதர் அவர்கள் தமிழ் நூலில் சொல்லப் பட்டிருக்கிறது என்றார்கள்.

பிறகு பாகவதர் தமிழ் நூலில் சங்கீதத்தைப் பற்றி விரிவாகச் சொல்லியிருக்கிற சிலப்பதிகாரத்தில் இவ்விஷயம் காணப்பட வில்லை என்றார்கள். பண்டிதர் அவர்கள் நூல் மறைப்பை விலக்கி ஆழந்து கவனித்தால் அறியக் கூடும் என்றார்கள். இன்னும் கொஞ்சம் சம்பாஷணை நடந்தது. பிறகு பாகவதர் மௌனத்தை வகித்தார்.

இதன் பிறகு எல்லோரிடமும் உத்திரவு பெற்றுக் கொண்டு பரோடாவை விட்டுப் புறப்பட்டு பம்பாய் வந்து சேர்ந்த அன்று ஒரு கலெக்டர் ஹாலில் பண்டிதர் அவர்களின் உபந்நியாசம் என்.பி. சுப்பிரமணிய ஐயர் இங்கிலீஷ் மொழிபெயர்ப்புடன் நடந்தது.

பண்டிதர் அவர்களின் புத்திரிகளின் கானமும் நடந்தது. வந்திருந்த கிறிஸ்துவ மதப் பற்றுள்ள எல்லோரும் சந்தோஷமடைந்தார்கள். பிறகு அங்கிருந்து புறப்பட்டு சென்னைக்கு வந்து சேர திவான் பகதூர் மகா-ள-ள-ஸ்ரீ பராங்குச நாயுடுகாரு அவர்கள் பங்களாவில் உபசரிக்கப்பட்டு மூன்று நாள் தங்க நேர்ந்தது. அநேக வித்வான்களும் தமிழ்ப் பண்டிதர்களும், பண்டிதர் அவர்களைக் கண்டுகளித்து பரோடா விஜய வர்த்தமானங்களை அறிந்த போது எல்லோரும் கொண்டாடினார்கள்.

தமிழ்ச் சங்கீதம் என்று ஏற்பட்டு தொன்றுதொட்டு நீண்ட காலமாக அறியப்பட்டு அனுபவத்திலுள்ள சங்கீத இரகசியத்தின் உண்மையை அநேகர் அறியாமலிருப்பதை முன்னிட்டுத் தமிழ் நாட்டின் சங்கீதம் பிரகாசமடைய நூல் முகமாய் கருணாமிர்த சாகரம் என்ற பெயருடன் வெளிவர இருப்பதையும் அதன் சுருக்கம் நான்கு பாலைகளாகப் பிரிக்கப்பட்டிருப்பதையும் வெளியிட்டுச் சொல்லும் பொழுது இதைக் கேட்ட தமிழ் அபிமானியாயுள்ள மகா வித்வான் மகாமகோபாத்தியாயர் பட்டம் பெற்றவரான ஸ்ரீ சாமிநாதையர் அவர்கள், சங்கீத வித்வான் சபேசையர் அவர்கள் முதலான அநேகர் தமிழ் பாஷைக்குள்ள ஏற்றத்தையும், அதன் விஷயமாய்ப் பண்டிதர் அவர்களின் பிரயாசயையும் எண்ண மிகுந்த திருப்தியடைந்தார்கள்.

சென்னை வாசியான சங்கீத விதாவன் மகா-ள-ள-ஸ்ரீ திருவாதி சபேசையர் அவர்கள் 24 சுருதிகளின் விபரத்தை அறிந்து பண்டிதர வர்களின் சிரமத்தையும் தைரியத்தையும் குறிப்பிட்டு மிகவும் மெச்சிக் கொண்டார்கள். 1916ம் வருஷம் ஏப்ரல் மாதம் 5ம் தேதியன்று சுகமாகத் தஞ்சை வந்து சேர்ந்த அவரவர்கள் சந்தோஷ மடைந்தார்கள்.

முடிவுரை

இவ்விதமாகத் தமிழ்த் தேசத்தின் சங்கீதப் பயிற்சி அபிவிருத்தியாவதற்குத் தென்னிந்தியாவின் ஒரு பாகத்திலுள்ள தமிழ் நூல்களே ஆதாரமடைந்திருப்பதை அறிந்து அதைத் தழைத்தோங்கச் செய்ய வேண்டுமென்று ராவ் சாஹேப் ஆபிரகாம் பண்டிதர் அவர்கள் ஊக்கத்துடன் முன்வந்து உழைக்கும்படி

லோககர்த்தாவான ஜகதீசனால் தூண்டப்பட்டிருக்கிற அவருக்குத் தென்னிந்தியாவாசியாயும், தமிழபிமானியாயுமுள்ள ஒவ்வொருவரும் நன்றி பாராட்டக் கடமைப்பட்டிருக்கிறார்கள் என்பதை மனப் பூர்வமாகத் தெரிவித்துக் கொள்ளுகிறேன்.

சுபமஸ்து.

பிடில், பஞ்சாபகேச பாகவதர், தஞ்சாவூர்.